AF762649

കറുത്തകവിത

Karuthakavitha
Poems

Editor
Sachidanadan

CHINTHA PUBLISHERS
Thiruvananthapuram

First Edition
July 2011

Second Edition
June 2022

Typesetting and Published
Chintha Publishers, Thiruvananthapuram

Cover Design
Vinod Mangoes

ISBN : 978-81-26207-26-8

CR - 3170 / 6005

₹ 240

Email: chinthapublishers@gmail.com
Website: www.chinthapublishers.com

A version is available at National Libraries
Kolkata, Mumbai, Chennai and Delhi

Distribution
DESHABHIMANI BOOKHOUSE
H O Thiruvananthapuram 695035

Branch
Head Office Kunnukuzhi • Statue Thiruvananthapuram
KSRTC Bus Terminal Thampanoor • Saphalyam Complex Thiruvananthapuram
KSRTC Bus Station Alappuzha • KSRTC Bus Station Ernakulam
Machingal Lane Thrissur • IG Road Kozhikode
Mavoor Road Kozhikode • NGO Union Building Kannur
Central Bus Terminal Complex Thavakkara Kannur

കറുത്തകവിത

എഡിറ്റർ
സച്ചിദാനന്ദൻ

പരിഭാഷ
അയ്യപ്പപ്പണിക്കർ
കടമ്മനിട്ട രാമകൃഷ്ണൻ
കെ ജി ശങ്കരപ്പിള്ള

ചിന്ത പബ്ലിഷേഴ്സ്
തിരുവനന്തപുരം-695 035
വില : ₹ 240

സച്ചിദാനന്ദൻ

ജനനം 1946. ഇംഗ്ലീഷിലും മലയാളത്തിലും കവിതകൾ എഴുതുന്നു. നിരൂപകൻ, നാടകകൃത്ത്, എഡിറ്റർ, കഥാകാരൻ, യാത്രയെഴുത്തുകാരൻ.

ഇംഗ്ലീഷ് ഭാഷയിലും പരിഭാഷാ പഠനത്തിലും പ്രൊഫസർ, ഇന്ത്യൻ ലിറ്ററേച്ചർ, 'സാർക്ക്' പ്രസിദ്ധീകരണമായ *Beyond Border* എന്നീ പ്രസിദ്ധീകരണങ്ങളുടെ എഡിറ്റർ, ഷിംലയിലെ ഇന്ത്യൻ ഇൻസ്റ്റിറ്റ്യൂട്ട് ഓഫ് അഡ്വാൻസ്ഡ് സ്റ്റഡീസിലെ നാഷണൽ ഫെല്ലോ എന്നീ നിലകളിൽ പ്രവർത്തിച്ചിട്ടുണ്ട്. മലയാളത്തിൽ മുപ്പത്തിരണ്ടും ഇംഗ്ലീഷിൽ പത്തും ഹിന്ദിയിൽ ഏഴും കവിതാ സമാഹാരങ്ങൾ പ്രസിദ്ധീകരിച്ചു. വിവിധ ഇന്ത്യൻ ഭാഷകൾക്കു പുറമെ അറബ്, ഐറിഷ്, ഫ്രഞ്ച്, ജർമ്മൻ, ഇറ്റാലിയൻ, സ്പാനിഷ്, ചൈനീസ്, ജാപ്പനീസ് ഭാഷകളിലുള്ള മുപ്പത് കവിതാ സമാഹാരങ്ങൾ, നാഷണൽ അക്കാദമി അവാർഡ്, ഇറ്റലിയിൽ നിന്നുള്ള ദാന്തേ പുരസ്കാരം എന്നിവയ്ക്കു പുറമെ കേരളം, കർണ്ണാടകം, ആന്ധ്രാപ്രദേശ്, ഒഡീഷ, മഹാരാഷ്ട്ര സംസ്ഥാനങ്ങളിൽനിന്നും മികച്ച സാഹിത്യ സംഭാവനയ്ക്ക് ഉൾപ്പെടെ അമ്പത്തിരണ്ട് പുരസ്കാരങ്ങൾ നേടി. ഇംഗ്ലീഷിലും മലയാളത്തിലുമായി അനേകം പുസ്തകങ്ങൾ എഡിറ്റ് ചെയ്തിട്ടുണ്ട്. While I Write (Harper-Collins), Misplaced Objects and Other Poems (Indian National Academy), The Missing Rib, Not Only the Oceans (Poetrywala, Bombay), The Whispering Tree, No Borders for Me (both Hawakal, Kolkata) I am a Language (Dhauli Books, Bhubaneshwar), Questions from the Dead (Copper Coin, Delhi) എന്നീ പുസ്തകങ്ങൾ അടുത്തകാലത്തായി പ്രസിദ്ധീകരിച്ചു. ഇന്ത്യൻ ലിറ്ററേച്ചറിൽ വന്ന ലേഖനങ്ങളിൽനിന്നും തിരഞ്ഞെടുത്തവ Positions എന്ന പേരിൽ ദില്ലിയിലെ നിയോഗി ബുക്സ് പ്രസിദ്ധീകരിച്ചു. Words Matter എന്ന പേരിൽ പ്രതിരോധ രചനകൾ എന്ന സമാഹാരം Penguin Random 2018 ൽ പ്രസിദ്ധീകരിച്ചു. Greening the Earth എന്ന അന്താരാഷ്ട്ര കവിതാ സമാഹാരം 2022 ൽ Penguin Random Houge 2022 ൽ പ്രസിദ്ധീകരിച്ചു. ഇപ്പോൾ കേരള സാഹിത്യ അക്കാദമി പ്രസിഡന്റായി പ്രവർത്തിച്ചുവരുന്നു.

ഉള്ളടക്കം

ലാറ്റിനമേരിക്കന്‍ കവിതകള്‍

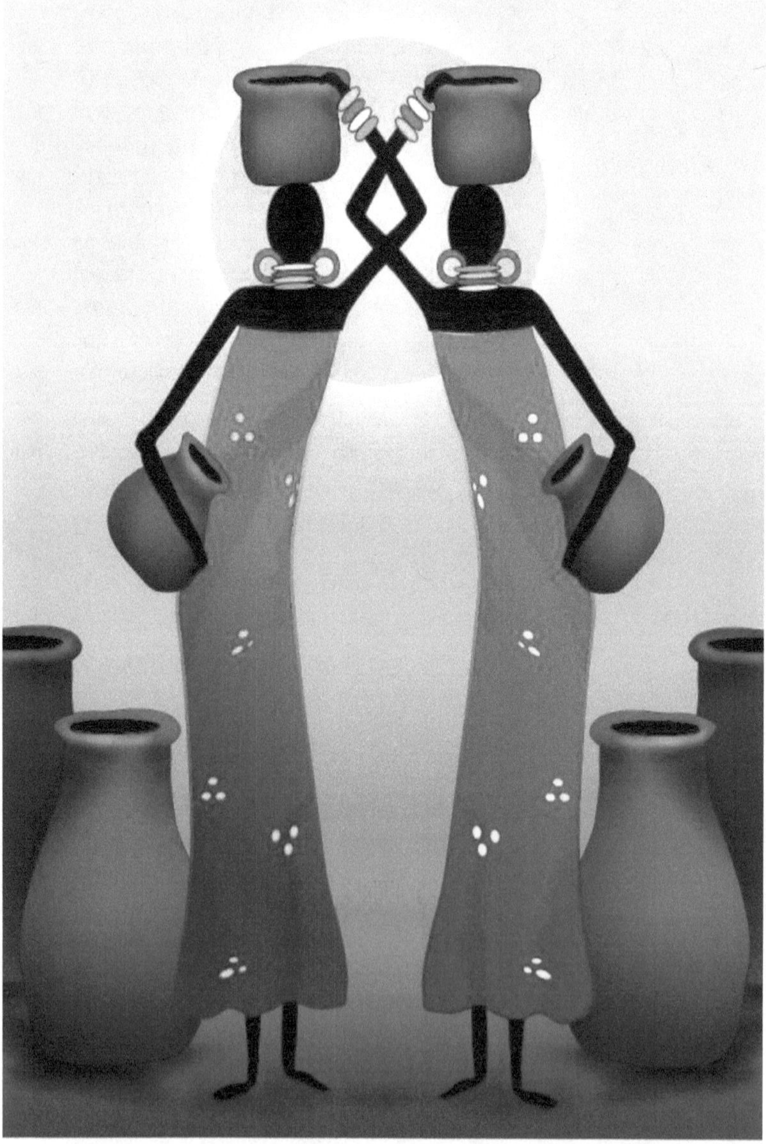

ആഫ്രിക്കൻ നാടോടിക്കവിതകൾ

ആഫ്രിക്കൻ നാടോടിക്കവിതകൾ

നൈലോട്ടിക് സുഡാനിലെ ഡിങ്കാവർഗം

സൃഷ്ടി

ദെൻദീദ് എല്ലാറ്റിനെയും സൃഷ്ടിച്ചപ്പോൾ,
അവൻ സൂര്യനെ സൃഷ്ടിച്ചു,
സൂര്യൻ ജനിച്ചു. മരിക്കുന്നു, വീണ്ടും വരുന്നു.
അവൻ ചന്ദ്രനെ സൃഷ്ടിച്ചു.
ചന്ദ്രൻ ജനിച്ചു. മരിക്കുന്നു, വീണ്ടും വരുന്നു.
അവൻ നക്ഷത്രങ്ങളെ സൃഷ്ടിച്ചു,
നക്ഷത്രങ്ങൾ ജനിച്ചു. മരിക്കുന്നു, വീണ്ടും വരുന്നു.
അവൻ മനുഷ്യനെ സൃഷ്ടിച്ചു.
മനുഷ്യൻ ജനിച്ചു. മരിക്കുന്നു,
പിന്നെ ഒരിക്കലും വരുന്നില്ല.

ആഫ്രിക്കൻ
നാടോടിക്കവിതകൾ

അജ്ഞാതനായ ആഫ്രിക്കൻ കവി

കവികൾ

ഒരു ദുർന്നക്ഷത്രത്തിൻ കീഴിൽ
ഊളന്മാർ ഓലിയിടുമ്പോൾ
പിറന്നവരാണ് നമ്മൾ, കവികൾ.

ആഫ്രിക്കൻ
നാടോടിക്കവിതകൾ

ഉഗാണ്ടാ ദിദിൻഗാ(ലാൻഗോ) വർഗം

അമ്മ, ആദ്യത്തെ കുട്ടിയോട്

എന്റെ ഹൃദയത്തിന്റെ കുരുന്നേ
എന്നോടു സംസാരിക്കുക
നിന്റെ കണ്ണുകളാൽ
എന്നോടു സംസാരിക്കുക
നിന്റെ ഉരുണ്ട,
ചിരിക്കുന്ന കണ്ണുകളാൽ
ല്യൂപെയോവിൻ മൂരിക്കുട്ടന്റേതുപോലെ
നനവാർന്ന, തിളങ്ങുന്ന കണ്ണുകളാൽ
കൊച്ചുകുഞ്ഞേ!
എന്നോട് സംസാരിക്കുക.
നിന്റെ കുഞ്ഞിക്കൈകളാൽ
എന്റെ മുലകളിൽ
മുറുക്കിപ്പിടിച്ചുകൊണ്ട്
എന്നോടു സംസാരിക്കുക.
അതൊരു പോരാളിയുടെ
കൈകളായിരിക്കും.
മോനേ,
നിന്റെ അച്ഛനെ
ആനന്ദിപ്പിക്കും കൈകൾ.

ഹാ! എന്തു വീറോട്
അവയെന്നെ ചുറ്റുന്നു!
ഇപ്പോഴേ ഒരു കുന്തത്തെക്കുറിച്ച്
അവ ഓർമിക്കുന്നു
കുന്തമെറിയുംപോലെ ഓങ്ങുന്നു.
മോനേ,
നിനക്കൊരു യോദ്ധാവിന്റെ പേരുണ്ടാവും.
നീയൊരു പടനായകനാവും.
അതിരറ്റ കൂരിരുട്ടിലേക്ക്
നീ തെന്നി വീണാലും
നിന്റെ മക്കൾ
മക്കളുടെ മക്കൾ,
നീണാൾ നിന്നെ ഓർമിക്കും.
എന്നാൽ ഞാൻ
എന്നെയിങ്ങനെ നീ
മുറുകെപ്പിടിക്കുന്നതും,
എന്റെ കൈകളിൽ നീ കിടക്കുന്നതും,
ഇങ്ങനെയെല്ലാമെന്നെ നോക്കുന്നതും,
നിന്റെ കുഞ്ഞിക്കൈകളാലെന്റെ
മുലകളോടു കളിക്കുന്നതും
ഞാനോർക്കും
എപ്പോഴുമോർക്കും.
വീരയോദ്ധാവെന്ന്
അവർ നിന്നെ വിളിക്കുമ്പോൾ
അപ്പോൾ...
ഓർമകളാലെന്റെ കണ്ണുകൾ നിറയും.
പടയാളിക്കുട്ടീ
നിനക്കെങ്ങനെ ഞങ്ങൾ പേരിടും?
പേരിടാൻ തുനിഞ്ഞുനോക്കട്ടെ—
കടിഞ്ഞൂൽക്കുട്ടാ,
നിന്റേതൊരവജ്ഞനാറുന്ന
പേരായിരിക്കില്ല.
'നാവാലി'ന്റെ മോനെപ്പോലെ
നീ പേരിടപ്പെടില്ല.
മറ്റാരിലുമുപരി നമ്മുടെ ദൈവങ്ങൾ
നിന്നിലലിയും.
'തണ്ടനെ'ന്നോ
'വർക്കത്തില്ലാത്തവ'നെന്നോ
നിന്നെ വിളിക്കണോ?

ദൗർഭാഗ്യത്തിന്റെ കുഞ്ഞിനെപ്പോലെ
കാലിച്ചാണകപ്പേരിൽ
നീ വിളിക്കപ്പെടുമോ?
എന്റെ കുഞ്ഞേ!
നമ്മുടെ ദൈവങ്ങളെ പഴിക്കേണ്ട
അവർ നിന്നെ ശപിച്ചിട്ടേയില്ല.
അവർ,
നിന്റെ മേൽകഴുകി വിശുദ്ധമാക്കി
നിന്നെ സൗന്ദര്യങ്ങളുടുപ്പിച്ചു
നിന്റെ കണ്ണുകളിൽ തീ നട്ടു.
കുഞ്ഞേ,
നിന്റെ വളവൻ പുരികവരികൾ
നിന്നെയൊരുക്കിയ ദേവന്മാരുടെ
വിരൽപ്പാടുകളല്ലേ?
എന്റെ ഹൃദയത്തിന്റെ മകനേ,
അവർ നിനക്ക്
അഴകും കരുത്തും നൽകി.
നിന്റെ കൺകളിലിതാ
പ്രജ്ഞ തിളങ്ങുന്നു
ചിരി തുളുമ്പുന്നു
അതുകൊണ്ട്
കൊച്ചുകുഞ്ഞേ!
നിന്നെ ഞങ്ങളെന്തു വിളിക്കണം?
നീയാണോ നിന്റെ
അച്ഛന്റെ അച്ഛൻ?
അതോ സഹോദരൻ?
അതുമല്ലെങ്കിൽ നിന്റെ അച്ഛന്റെ
മറ്റാരാണ് നീ?
പടയാളിക്കുട്ടീ,
ആരുടെ തേജസ്സാണ്
നിന്നിലിക്കാണുന്നത്?
ആരുടെ പരുപരുക്കൻ കരങ്ങളാണ്
എന്റെ മുലകളിൽ
മുറുകിച്ചുറ്റുന്നത്?
കഴിഞ്ഞാണ്ടത്തെ
കസ്തൂരിമത്തൻ വിത്തിനെപ്പോലെ
ജീവിതത്തിലേക്കു നിന്നെ
തിരിപ്പിക്കുന്നതാരാണ്?
നിന്നിലാരാണ്
ജീവിക്കുന്നത്?

ഇനിയും നീ ഒന്നും മിണ്ടുന്നില്ലല്ലോ.
എന്നാൽ നിന്റെ കണ്ണുകൾ
എന്തൊക്കെയോ വിചാരിക്കുന്നുണ്ട്.
വിചാരങ്ങൾ ചൂഴ്ന്ന നീ
വൻകാട്ടിലെ ചെമ്പുലിക്കണ്ണുപോലെ
തിളങ്ങുന്നു.
ഹാ—!
അതു പോട്ടെ,
പേരിടീലിന്റെ ദിവസം
നീ എല്ലാം ഞങ്ങളോടു പറയും.

എന്റെ കുഞ്ഞേ, സത്യം,
ഞാനിപ്പോൾ സന്തോഷിക്കുന്നു.
ഞാനിപ്പോൾ ശരിക്കുമൊരു ഭാര്യയാണ്.
ഇനിയൊരിക്കലും വധുവല്ല.
ഒരാൺകുഞ്ഞിന്റെ അമ്മയാണു ഞാൻ.
ആഗ്രഹത്തിന്റെ മകനേ,
ഉജ്ജ്വലനും പ്രതാപിയുമായിരിക്കുക.
അഭിമാനിക്കുക, ഞാനഭിമാനിക്കുംപോലെ.
സന്തോഷിപ്പിക്കുക, ഞാൻ സന്തോഷിപ്പിക്കുംപോലെ.
സ്നേഹിക്കപ്പെടുക, ഞാനിപ്പോൾ സ്നേഹിക്കപ്പെടുംപോലെ
മോനെ, മോനെ, മോനെ,
സ്നേഹം എന്റെ പുരുഷനിൽനിന്ന്
എനിക്കേറെ കിട്ടിയിട്ടുണ്ട്.
എന്നാലിപ്പോൾ,
ഇപ്പോൾ മാത്രമേ
സ്നേഹത്തിന്റെ നിറവുള്ളു.
ഇപ്പോൾ
ഇപ്പോൾ മാത്രമേ
ഞാനവന്റെ പെണ്ണാവുന്നുള്ളു
അവന്റെ കുഞ്ഞിന്റെ
അമ്മയാവുന്നുള്ളു.
അവന്റെ ആത്മാവ്
നിന്നിലേ പോറ്റപ്പെടുകയുള്ളു.
ഞാൻ, ഞാൻ,
ഞാനാണു നിന്നെ ജനിപ്പിച്ചവൾ.
അതുകൊണ്ടെനിക്കു സ്നേഹം കിട്ടി.
അതുകൊണ്ടെനിക്കു സുഖം കിട്ടി.
അതുകൊണ്ടു ഞാനൊരു ഭാര്യ.

അതുകൊണ്ടെനിക്ക്
പെരുതായ മാനംകിട്ടി.

അവൻ പോയിക്കഴിഞ്ഞാൽ
അവന്റെ കുര്യാല നീ കാക്കും.
നേർച്ചകളും കുരുതികളും കൊടുക്കും.
ആണ്ടോടാണ്ട് നീ അവനെ ഓർമിക്കും.
എന്റെ മോനേ,
നിന്റെ പ്രാർഥനകളിൽ
അവൻ ജീവിക്കും.
അവന് പിന്നൊരിക്കലും
മരണമില്ല.
നിന്റെ അരക്കെട്ടിൽനിന്ന്
അറുതിയറ്റ പിറവികൾ
ഉറവെടുക്കും.
പിന്നൊരിക്കലും അവനു മരണമില്ല.
അവന്റെ വാളും പരിചയുമാണ് നീ.
അവന്റെ മോഹവും
മരണരക്ഷയുമാണ് നീ.
നിന്നിലൂടെ അവൻ
പിന്നെയും പിറക്കും.
പൂക്കാലത്തിലൂടെ പൂച്ചെടികൾപോൽ
ഞാൻ, ഞാൻ
ഞാനാണവന്റെ
ആദ്യപുത്രന്റെ അമ്മ.
അഴകിന്റെയും ഉശിരിന്റെയും
നിറവിന്റെയും കുഞ്ഞേ!
ഉറങ്ങുക,
ഉറങ്ങുക.

ഐവറികോസ്റ്റ് ബാലെ വർഗം

പെണ്ണിന്റെ പാട്ട്

ഹേ, സുന്ദരനായ സൊകോതി,
സുന്ദരനായ സൊകോതി.
എന്നെ വരിക്കുക.
അഴകൻ യൗവനമേ
എന്നെ വരിക്കുക,
നാം പോവുക, നായക,
എന്നെ വരിക്കുക,
നാം പോവുക.
ആഗ്ബാനിയനു കുറുകെ കാണും
കടവ് കടന്നിനി നാം പോവുക,
എന്നെ വരിക്കുക, നാം പോവുക,
ആഗ്ബാനിയൻ കടവുകട-
ന്നതിദൂരം സ്വൈരം പോവുക.

ഓ, സൊകോതി,
നായക, എന്നെ വരിക്കുക,
നാം പോവുക സ്വൈരം.

ആഗ്ബാനിയൻ കടവുകട-
ന്നപാരദൂരം പോവുക.

**കാമറൂൺ, കോംഗോ എന്നിവിടങ്ങളിലെ
ഫാംഗ് വർഗം**

തീപ്പാട്ട്

താഴത്തെ നെരിപ്പോടിൻ തീയേ,
മോളത്തെ നെരിപ്പോടിൻ തീയേ,
ചന്ദ്രനിൽ തെളങ്ങുന്ന തീയേ,
സൂര്യനിലെരിയുന്ന തീയേ,
രാവിൽ തീപ്പൊരി തൂറ്റും
താരത്തിൻ തീയേ,
വാനം കീറിപ്പോമുൽക്കതൻ തീയേ,
ഇടിവെട്ടിൻ വീരനാം ദേവാ,
കൊടുങ്കാറ്റിൻ കത്തുന്ന കണ്ണേ,
പകൽ വെട്ടമേകുന്ന
സൂര്യനിലെരിയുന്ന തീയേ,
തീ, തീ, നിങ്ങളോടൊന്നിരക്കുന്നു:
പാപമോചനം തന്നാലും!

ആളിക്കടന്നുപോം തീയേ,
നിൻ പിന്നിൽ തീരുന്നു തീരുന്നെല്ലാം.
ആളിക്കടന്നുപോം തീയേ
നിൻ പിന്നിൽ വാഴുന്നു വാഴുന്നെല്ലാം.

കുറ്റൻമരങ്ങളെരിഞ്ഞമരുന്നു
ചാരം ചാരം ചാരം.
പുല്ല് കിളിച്ച് വളരുന്നു,
പുല്ലരി വീണു പടരുന്നു.
നെരിപ്പോടിനുള്ളിലെ തോഴനാം തീയേ
പാപമോചനം തന്നാലും.
നെരിപ്പോടിനുള്ളിലെ രക്ഷകൻ തീയേ,
ആളിക്കടന്നുപോം തീയേ,
ആരും നിന്നെ കടന്നുപോന്നില്ല.
ആരും നിന്നെ കടന്നുപോവില്ല.
നെരിപ്പോടിനുള്ളിലെ രക്ഷകൻ തീയേ
പാപമോചനം തന്നാലും!

ആഫ്രിക്കൻ
നാടോടിക്കവിതകൾ

മൊസാംബിക്കിലെ തോംഗ് വർഗം

കാമുകന്റെ ഒരു 'എങ്കിൽ'

പെണ്ണേ,നീയെന്നെ നിരസിക്കുമെങ്കിൽ–
നിന്റെ ഗ്രാമത്തിലിരുന്ന്
നീ തിന്നുന്ന ചോളമണികൾ
മനുഷ്യരുടെ കണ്ണുകളാണ്!
നിന്റെ പാത്രങ്ങൾ
തലയോട്ടികളാണ്!
നീ തിന്നുന്ന മരച്ചീനിക്കിഴങ്ങുകൾ
കണങ്കാലുകളാണ്!
മധുരക്കിഴങ്ങുകൾ
കൈവിരലുകളാണ്!
പെണ്ണേ,
നീയെന്നെ നിരസിക്കുമെങ്കിൽ

ആഫ്രിക്കൻ നാടോടിക്കവിതകൾ

ബസൂട്ടോ ലാൻഡിലെ ബസൂട്ടോ വർഗം

ദഹിപ്പിക്കപ്പെടാത്തവരുടെ പാട്ട്

നാം, മനുഷ്യർ,
നാമാണ് കഴുകന്മാരുടെ ഇരകൾ
കഴുകന്മാർ പങ്കിടേണ്ട കന്നുകാലികൾ
പുൽമേടുകളിലിട്ട്
മലങ്കാക്കകൾ കൊത്തിപ്പറിക്കേണ്ടവർ.

ആഫ്രിക്കൻ
നാടോടിക്കവിതകൾ

സുലു

വേർപാട്

ഞാൻ കരുതി
നീ എന്നെ സ്നേഹിച്ചിരുന്നെന്ന്.
ഇനിയും നിന്നെയോർത്ത്
ഞാൻ നേരം കളയുന്നു.
ഞാൻ കരുതി
നാം ചത്തേ പിരിയുകയുള്ളൂവെന്ന്.
എന്നാൽ ഇന്ന്
നീയെന്നെ നിരാശയാക്കി.
ഇനി നീ ഒന്നുമല്ല.

നീയൊരപമാനമാണ്.
കഴമ്പില്ലാത്തവനാണ്
ചതിയനാണ്,

ഞാൻ തന്ന സമ്മാനങ്ങൾ
തിരിച്ചുതരൂ.
അവയെന്റെ തലയണയിൽ
ഞാൻ സൂക്ഷിക്കട്ടെ.
നിന്റേതെല്ലാം നീയെടുത്തോളു
കക്ഷത്തിലിടുക്കിക്കോളു.
നീയെന്നെ തകർത്തുകളഞ്ഞു.

**കാമറൂൺ, ഗാബൺ
എന്നിവിടങ്ങളിലെ പിഗ്മികൾ**

ഈറ്റില്ലത്തിൽനിന്ന് സ്ത്രീയുടെ ഗാനം

എന്തൊരാനന്ദം!
എന്തൊരാനന്ദം!
എൻ ഹൃദയം പറന്നുപോവുന്നു,
ഏതോ വിദൂര വനാന്തതരുക്കളിലൂടേ,
പാടിപ്പറന്നു പോവുന്നു.
ആ കാടല്ലോ നമ്മുടെ വീട്,
ആ കാടല്ലോ നമ്മുടെ അമ്മ.
എൻ വലയിൽ പിടിച്ചു
ഞാനൊരു കുഞ്ഞിക്കിളിയെ.
എൻ മനസ്സും വലയിലായല്ലോ-
കുഞ്ഞിക്കിളിയും വലയിലായല്ലോ—

ആഫ്രിക്കൻ
നാടോടിക്കവിതകൾ

കാമറൂൺ, പിഗ്മി

ആനവേട്ട

മൂവന്തിക്കാറ്റിൻകീഴിൽ
കരയുന്ന കാടിൻ മീതേ
കറുമ്പിരാത്രി ചിരിച്ചുകിടന്നു.

നക്ഷത്രങ്ങൾ വിറച്ചോടുന്നു മാനത്ത്
തീപ്പാറ്റകൾ മിന്നിപ്പോന്നു മാനത്ത്.
വെൺകിരണങ്ങൾ കൊഴിഞ്ഞമ്പിളി
കറുത്തുനിൽപ്പൂ മാനത്ത്.
പ്രേതങ്ങളലഞ്ഞുനടപ്പൂ മാനത്ത്.
ഉയരേ ഉയരേ അമ്പിളി
കറുത്തുനിൽപ്പൂ മാനത്ത്
പ്രേതങ്ങളലഞ്ഞു നടപ്പൂ മാനത്ത്.
വില്ലെടുക്കൂ, വേട്ടക്കാരാ,
ആനവേട്ടക്കാരാ!

ഗായകസംഘം:

വില്ലെടുക്കൂ
വില്ലെടുക്കൂ, വേട്ടക്കാരാ,

ആനവേട്ടക്കാരാ!
പേടിച്ചരണ്ട കാടിന്നുള്ളിൽ
മരങ്ങളുറങ്ങുന്നു,
പച്ചിലയാകെ മരിക്കുന്നു
വാനരർ ഞാലുന്നു,
കണ്ണുകൾ പൂട്ടിയുറങ്ങുന്നു.
നീരവമടിവയ്പുകളോടേ
മാനുകൾ നീങ്ങുന്നു,
കാതുകൾ കൂർപ്പിച്ചൊരു ഞൊടി
എന്തോ കേൾക്കുന്നു.
തല ഞെട്ടി ഉയർത്തുന്നു,
ഭയന്നു ചെവിയോർക്കുന്നു.
നീത്വമല്ലോ വീഴുന്നു,
പരുപരുക്കൻ പാട്ടുകൾ
പാടിയ കീടങ്ങൾ
നീരവമല്ലോ വീഴുന്നു,
വില്ലെടുക്കൂ, വേട്ടക്കാരാ
ആനവേട്ടക്കാരാ!

ഗായകസംഘം:

വില്ലെടുക്കൂ
വില്ലെടുക്കൂ, വേട്ടക്കാരാ
ആനവേട്ടക്കാരാ—!

പേമാരി തകർക്കും കാട്ടിൽ
ചാട്ടകൾ വീശിപ്പേമഴതല്ലും കാട്ടിൽ
പിടഞ്ഞുകേഴും കാട്ടിൽ
വയസ്സനാന നടക്കുന്നു,
വിഷണ്ണനായി നടക്കുന്നു,
ബാവ്--ബാവ്--ബാവ്.
അലസതയോടെ നടക്കുന്നു,
പേടിക്കാതെ നടക്കുന്നു,
അതുല്യനായി നടക്കുന്നു,
വയസ്സനാന നടക്കുന്നു,
അടി പതറാതെ നടക്കുന്നു.
കാടുമുറിച്ച് കടക്കുന്നു.
ഒരു ഞൊടി നിൽക്കുന്നു,
വീണ്ടും നടന്നു പോകുന്നു.

അവനെന്തോ തിന്നുന്നു
നിന്ന് ചിന്നംവിളിക്കുന്നു.
മരങ്ങൾ മുട്ടിമറിക്കുന്നു,
ഇണയെത്തേടുന്നു
താതനാന നടക്കുന്നു.
പ്രസിദ്ധനാന നടക്കുന്നു.
വില്ലെടുക്കൂ, വേട്ടക്കാരാ,
ആനവേട്ടക്കാരാ!

ഗായകസംഘം:

വില്ലെടുക്കൂ
വില്ലെടുക്കൂ, വേട്ടക്കാരാ,
ആനവേട്ടക്കാരാ—!

നീയല്ലാതാരും പോകാക്കാട്ടിൽ
വേട്ടക്കാരാ പോകൂ.
തെന്നിനടക്കൂ
കുതിച്ചുപായൂ
വേട്ടക്കാരാ, പോകൂ.
കൂമ്പാരംപോലെ ഇറച്ചി,
കുന്നോളംപോരുമിറച്ചി,
നിൻ തീയിൽ മൊരിയേണ്ടുമിറച്ചി,
നിൻ പല്ലുകൾ മുങ്ങേണ്ടുമിറച്ചി,
സ്വാദേറും ചോപ്പനിറച്ചി,
ചൂടേറും മദമാളും
ചോരയുമയ്യാ—!
വില്ലെടുക്കൂ, വേട്ടക്കാരാ
ആനവേട്ടക്കാരാ.

ഗായകസംഘം:

ഓ––യേ, വില്ലെടുക്കൂ വേട്ടക്കാരാ!
ഓ––യേ, വില്ലെടുക്കൂ വേട്ടക്കാരാ!

പരിഭാഷ: കെ ജി ശങ്കരപ്പിള്ള

തെക്കനാഫ്രിക്കയിലെ പിഗ്മികൾ

പിഗ്മിയുടെ പാട്ട്

കാടെന്തൊരു കാട്
കാറ്റെന്തൊരു ശേല്!
പോ, പോ, പിഗ്മീ,
അമ്പും വില്ലും താങ്ങിപ്പോ,
ഇതിലേ പോ, അതിലേ പോ,
അതിലേ, ഇതിലേ, ഓടിപ്പോ!

ഒരു പന്നി–
പന്നിച്ചാരെക്കൊന്നവനാര്? പിഗ്മി.
അതു തിന്നവനാര്?
        പാവം പിഗ്മീ, പോ പോ,
        പോയ് തീറ്റയൊരുക്കിക്കോ,
        അവരെല്ലുകൾ വല്ലതുമെറിഞ്ഞുതന്നാലായി!
ബാങ്ങ്!
ആനയൊരുത്തൻ താഴെ
ആനച്ചാരെയൊരമ്പിൻമുനയിൽ
കൊന്നവനാര്? പിഗ്മി.
അഴകേറിടുമാനക്കൊമ്പാർക്ക്?

പാവം പിഗ്മീ, പോ പോ,
പോയ് തോൽ കീറി വെടിപ്പാക്കിക്കോ,
വാലിൻതുമ്പു നിനക്കു കിടച്ചാലായി!
വീടില്ല, കുരങ്ങൻ തന്നേ പിഗ്മി.
തേനെല്ലാം തേടിയെടുത്തവനാര്? പിഗ്മി.
അതു സ്വാദോടേ നക്കിയിരിക്കുവതാര്?
പാവം പിഗ്മീ, പോ പോ,
പോയ് തേൻ തേടിനിയും,
അവരിത്തിരി മെഴുകു നിനക്കായ് വെച്ചാലായി !
വെള്ളക്കാരെത്തിപ്പോയീ,
നല്ലവരാം വെള്ളക്കാർക്കൊരു
നൃത്തംചെയ്യാനാര്? പിഗ്മി.
പുകവലിയുടെ രസമാർക്ക്?
പാവം പിഗ്മീ, പോ പോ,
പോയിത്തിരിനേരമിരുന്നോ
കയ്യും കാലും നീർത്താൻ!

ആഫ്രിക്കൻ
നാടോടിക്കവിതകൾ

എത്തിയോപ്യയിലെ താരാട്ട്

എന്തിനു കരച്ചിൽ!

കരയുന്നതെന്തിനാണിപ്പോഴും
കദനം നിറയുവാനെന്തുണ്ണീ?
ഉണ്ണുവാനൊന്നുമില്ലാഞ്ഞോ,
ഇല്ലല്ലോ പാലൊരു തുള്ളിപോലും
അമ്മിഞ്ഞപ്പാലു കുടിച്ചാലോ?

അമ്മയെവിടേക്കു പോയാവോ!
അമ്മയെയെങ്ങു തിരയേണ്ടൂ?
തിണ്ണയിലില്ലമ്മ, കുടിലിന്റെ
പിന്നിൽ കുനിഞ്ഞതാ നിൽക്കുന്നു
മെയ്യു കുഴഞ്ഞവൾ നിൽക്കുന്നു
ചാണകമേറ്റീ വെളുപ്പിന്ന്,
ചാണകമേറ്റുന്നീയന്തിക്കും.
ആകെത്തളർന്നവൾ നിൽക്കുന്നു
പ്രാണൻ വെടിയാറായ് നിൽക്കുന്നു
ഉണ്ണി കരഞ്ഞതും കേൾക്കാതെ
സങ്കടം കാണുവാനാരുണ്ട്?
നമ്മുടെ വയർ മാത്രമോർക്കുന്നു നാം
നമ്മുടെ കണ്ണീരേ കാണുന്നു.

പരിഭാഷ: സച്ചിദാനന്ദൻ

കവിതകൾ

അയ്മേ സെസയർ (1913 – 2008)

കരീബിയൻ പ്രദേശമായ മാർട്ടിനികിൽ ജനിച്ചു. അദ്ദേഹത്തിന്റെ Discourse on Colonialism എന്ന ഗ്രന്ഥം ഫ്രഞ്ച് രാഷ്ട്രീയ സാഹിത്യത്തിലെ ക്ലാസിക് കൃതിയായി പരിഗണിക്കപ്പെടുന്നു. Notebook of a Return to My Native Land എന്ന കൃതി ഫ്രഞ്ച് ഭാഷയിലെ കറുത്തവരുടെ സാഹിത്യത്തിന്റെ അടിസ്ഥാനമായി അറിയപ്പെടുന്നു.

ജന്മനാട്ടിലേക്കു മടക്കം

(ഭാഗങ്ങൾ)

എന്റെ പേരാകുന്നു ബോർദോ, നാന്തേ,
ലിവർപൂൾ, ന്യൂയോർക്ക്, സാൻഫ്രാൻസിസ്കോ,
എന്റെ വിരലയാളം പതിയാത്ത ഒരൊറ്റ മൂലയും
ഭൂമുഖത്തില്ല,
എന്റെ ഉപ്പൂറ്റി പുറത്തുപതിയാത്ത
ഒരംബരചുംബിയുമില്ല,
എന്റെ അഴുക്കു പുരളാത്ത ഒരു വൈഡൂര്യപ്രഭയുമില്ല.
എന്നേക്കാൾ അഭിമാനിക്കാൻ ആർക്കവകാശം?
വെർജീനിയാ, ടെന്നെസ്സീ, ജ്യോർജിയാ, അലബാമാ
ശൂന്യതയിലൊടുങ്ങിപ്പോയ കലാപങ്ങളുടെ
ആസുര ജീർണതകൾ
രക്തത്തിന്റെ അഴുകിയ ചെളിക്കുണ്ടുകൾ
അപഹാസ്യമായി അടിച്ചമർത്തപ്പെട്ട പെരുമ്പറകൾ
ചുവന്ന ഭൂമി, രക്തഭൂമി, രക്തസഹോദരഭൂമി.

ജൂറാമലയിലെ ഒരു ചെറിയ തടവറയും എന്റേതാണ്*
മഞ്ഞിന്റെ വെളുത്ത അഴികൾ
ആ കൊച്ചു മുറിക്കു ബലം കൂട്ടുന്നു.
തടവറയ്ക്ക് കാവൽ നിൽക്കുന്ന ഒരു വെളുത്ത
ജയിലറാണ് മഞ്ഞ്.
ഈ മനുഷ്യൻ എന്റെയാളാണ്.
വെളുപ്പുകൊണ്ടു തടവിലാക്കപ്പെട്ട ഈ ഏകാകി,
വെളുത്ത മരണത്തിന്റെ വെളുത്ത ഗർജനങ്ങൾ
ഒറ്റയ്ക്കു ചെറുത്തുനിൽക്കുന്ന ഒരു മനുഷ്യൻ
(തൗസ്സാന്ത്, തൗസ്സാന്ത് ലൂവെർച്ചർ)
വെളുത്ത മരണത്തിന്റെ വെളുത്ത കഴുകൻകണ്ണുകളെ
വശീകരിക്കുന്ന ഒരു മനുഷ്യൻ
വെളുത്ത മണലിന്റെ വന്ധ്യസമുദ്രത്തിൽ
ഏകാകിയായ ഒരു മനുഷ്യൻ,
ആകാശത്തിന്റെ പെരുമഴയ്ക്കു മുമ്പിൽ
നിവർന്നു നിൽക്കുന്ന ഒരു കിഴട്ടുകാപ്പിരി.
മരണം ഈ മനുഷ്യന്നു മുകളിൽ
തിളങ്ങുന്ന ഒരു വൃത്തം വരയ്ക്കുന്നു
മരണം ഇവന്റെ ശിരസ്സിനു മുകളിലെ
ഒരു സൗമ്യനക്ഷത്രമാണ്
മരണം കിറുക്കുപിടിച്ച് ഇവന്റെ കൈകളുടെ
വിളഞ്ഞ കരിമ്പിൻവയലുകളിൽ ആഞ്ഞടിക്കുന്നു
മരണം വെളുത്ത കുതിരയെപ്പോലെ
തടവറയിലൂടെ കുളമ്പടിച്ചു പാഞ്ഞുപോകുന്നു
മരണം ഇരുട്ടിൽ പൂച്ചയുടെ കണ്ണുകൾപോലെ തിളങ്ങുന്നു
മരണം പവിഴപ്പാറകൾക്കടിയിൽ വെള്ളമെന്നപോലെ
ഊളിയിട്ടുയർന്നു വരുന്നു
മരണം മുറിവേറ്റ ഒരു പക്ഷിയാണ്
മരണം ക്ഷയിച്ചുവരുന്നു
മരണം നിന്നു പതറുന്നു
മരണം നിഴലണിഞ്ഞ ഒരു മേച്ചിൽപ്പുറമാണ്
മരണം മൗനത്തിന്റെ വെളുത്ത തടാകത്തിൽ
വീണു കെട്ടുപോകുന്നു.

---

* ജൂറായിലെ ജയിലിൽവെച്ച് 1803-ൽ മരിച്ച തൗസ്സാന്ത് ലൂവെർച്ചറെയാണ് ഈ വരികൾ അനുസ്മരിക്കുന്നത്. ഫ്രഞ്ചുവിപ്ലവകാലത്ത് ഹായ്തിയിലെ ദേശീയവിമോചന പ്രസ്ഥാനത്തിന്റെ തലവനായിരുന്നു ലൂവെർച്ചർ. നീഗ്രോകലാപത്തിന്റെ ഈ ആദിരക്തസാക്ഷിയെക്കുറിച്ച് 'കാന്റോജനെറലി'ൽ നെരൂദ ഒരു കവിത എഴുതിയിട്ടുണ്ട്. ബ്രിട്ടീഷുകാരെ തുരത്തി 1798-ൽ ഹായ്ചിയുടെ ഭരണാധിപനായ ഈ തന്റേടി നെപ്പോളിയനെ കിടിലം കൊള്ളിച്ചു. 1801-ൽ ഫ്രഞ്ചധികാരികൾ ലുവെർച്ചറെ തടവിലാക്കി.

ഈ ഇളംപുലരിയുടെ നാലുകോണുകളിലും
രാത്രിയുടെ വീർപ്പുകൾ,
മരവിച്ച മരണത്തിന്റെ പിടച്ചിലുകൾ,
വിധിയുടെ പിടിവാശി,
നിശ്ശബ്ദമായ ഭൂമിയുടെ നിവർന്നുനിൽക്കുന്ന നിലവിളികൾ.
രക്തത്തിന്റെ ഈ സമൃദ്ധി പൊട്ടിത്തെറിക്കില്ലെന്നോ?

ഇളംപുലരിയുടെ അന്ത്യയാമത്തിൽ
ഒരു ശിലയിലും രേഖപ്പെടുത്തിയിട്ടില്ലാത്ത ഭൂതകാലവുമായി
ഈ നാടുകൾ, ഓർമയ്ക്കുമപ്പുറത്തെ ഈ വീഥികൾ,
അളക്കാനാകാത്ത ഈ കാറ്റുകൾ,
ഇതെന്തിനു കാര്യമാക്കണം?
ഞങ്ങൾ സംസാരിക്കും, ഞങ്ങൾ പാടും,
ഞങ്ങൾ അട്ടഹസിക്കും.

നിറവുറ്റ ശബ്ദമേ, മികവുറ്റ ശബ്ദമേ,
നീ, നീയായിരിക്കും ഞങ്ങളുടെ നന്മ,
ഞങ്ങളുടെ വഴികാട്ടി

* * *

വഴിയോരത്തു നിന്നു കരിമ്പുചവയ്ക്കുന്ന
ഒരു കുട്ടിയാണ് ഞാൻ,
കഴുത്തിൽ കയറുകെട്ടി ചോരച്ചാലിൽ വലിച്ചിഴയ്ക്കപ്പെടുന്ന
ഒരു മനുഷ്യനാണു ഞാൻ
ഒരു മഹാപ്രദർശനത്തിന്റെ ഒത്ത നടുവിൽ
കറുത്ത നെറ്റിയിൽ ഞെരിഞ്ഞിൽ കിരീടവുമണിഞ്ഞു
നിൽക്കുന്നവനാണു ഞാൻ.
വൂം റോ
പറന്നുപോവുക, പ്രകമ്പനത്തേക്കാൾ വേഗത്തിൽ,
ആഭിചാരക്കുഴികളെക്കാളും വേഗത്തിൽ,
മറ്റു നക്ഷത്രങ്ങളിലേക്ക് പാഞ്ഞുപോവുക
വനങ്ങളുടെ ഭീകരമായ ആഹ്ലാദത്തിമിർപ്പ്,
കടപുഴകിയ പർവതങ്ങൾ, ആയിരമാണ്ടായി
ചങ്ങലയിൽക്കിടക്കുന്ന ദ്വീപുകൾ
ഒരാളും ഇതൊന്നുമോർക്കുന്നതേയില്ല.
വൂം റോ ഓ
വാഗ്ദത്തയുഗം വീണ്ടും വരട്ടെ
എന്റെ പേരറിഞ്ഞിരുന്ന പക്ഷി,
ആയിരം പേരുണ്ടായിരുന്ന പെണ്ണ്,
ഉറവ, സൂര്യൻ, കണ്ണുനീർ,
ചെറുമീനെപ്പോലെയാണ് അവളുടെ മുടി

അവളുടെ കാലടികൾ എന്റെ കാലാവസ്ഥകളാണ്
അവളുടെ മിഴികൾ എന്റെ ഋതുക്കൾ
ഉപദ്രവിക്കാത്ത പകലുകൾ, അപകടമില്ലാത്ത ഇരവുകൾ,
വിശ്വാസത്തിന്റെ നക്ഷത്രങ്ങൾ,
സങ്കീർണതയുടെ കാറ്റ്
എങ്കിലും ആരാണ്
എന്റെ ശബ്ദത്തിന്മേൽ കൈ വെക്കുന്നത്?
ആരാണ് എന്റെ ശബ്ദം തല്ലിച്ചതയ്ക്കുന്നത്?
ആയിരം മുളമ്പാരകൾ എന്റെ കുരലിൽ
കുത്തിനിറയ്ക്കുന്നത്?
ഒരായിരം മുള്ളൻപന്നിയുടെ സൂചികൾ.

ലോകത്തിന്റെ വൃത്തികെട്ട അവശിഷ്ടം
വൃത്തികെട്ട പ്രഭാതം, വൃത്തികെട്ട വിദ്വേഷം,
നിന്ദയുടെ മഹാഭാരമാണു നീ,
ചാട്ടവാറിന്റെ ഒരു ശതാബ്ദം, സഹനം,
മരിക്കാതിരിക്കുവാൻ മാത്രം
ഒരു നൂറ്റാണ്ടിന്റെ കഠിനാധ്വാനം

റോ ഓ
ഞങ്ങൾ രോഷത്തിന്റെ തകിടികളിൽ വിരിയുന്ന
വിഷപുഷ്പങ്ങളെപ്പറ്റി സംസാരിക്കുന്നു
രക്തപ്പൊറ്റകൾ ചുഴറ്റുന്ന
സ്നേഹത്തിന്റെ ആകാശങ്ങളെപ്പറ്റി,
അപസ്മാരബാധയേറ്റ പുലരികളെപ്പറ്റി
നിലകാണാത്ത മണലിന്റെ
വെളുവെളുത്ത ജ്വലനത്തെപ്പറ്റി
കാട്ടുജന്തുക്കളുടെ മണം പിളരുന്ന പാതിരകളിൽ
മുങ്ങിപ്പോകുന്ന കപ്പലുകളെപ്പറ്റി.
എനിക്കെന്തു ചെയ്യാൻ കഴിയും?
പണി തുടങ്ങണം
എന്തു പണി തുടങ്ങാൻ?
തുടങ്ങാൻ കൊള്ളാവുന്ന ഒരേയൊരു പണി:
ലോകാവസാനം, അതിൽ കുറഞ്ഞ ഒന്നുമല്ല.

* * *

ഈ പുലർവേളയുടെ അന്ത്യയാമത്തിൽ
ഇതാ എന്റെ പൗരുഷം നിറഞ്ഞ പ്രാർഥന:
എനിക്കു ചിരിയും കരച്ചിലും കേൾക്കേണ്ടാ
മനോഹരമെന്നു ഞാൻ പ്രവചിക്കുന്ന

ഈ നഗരത്തിൽ മിഴി നട്ടുകൊണ്ട്
ഞാനിതാ പ്രാർഥിക്കുന്നു:
എനിക്ക് മന്ത്രവാദിയുടെ കാടൻ വിശ്വാസം നൽകുക
എന്റെ കൈകൾക്ക് കരുപ്പിടിപ്പിക്കാനുള്ള കരുത്തു നൽകുക
എന്റെ ആത്മാവിന് ഖഡ്ഗത്തിന്റെ ദാർഢ്യം നൽകുക
ഞാനുറച്ചു നിൽക്കും
എന്റെ ശിരസ്സ് ഒരു കപ്പലിന് അണിയമാക്കുക
എന്നെ ഒരച്ഛനോ ഒരു സഹോദരനോ
ഒരു പുത്രനോ ആക്കാതിരിക്കുക
എന്നെ ഒരേയൊരച്ഛനും സഹോദരനും പുത്രനുമാക്കുക
എന്നെ ഒരു ഭർത്താവാക്കാതിരിക്കുക, പകരം എന്നെ
ഈ അനന്യമായ ജനതയ്ക്കു മുഴുവൻ കാമുകനാക്കുക.

എന്നെ ഇതിന്റെ പൊങ്ങച്ചത്തിനു ശത്രുവാക്കുക
എങ്കിലും, നീട്ടിയ കൈമുഷ്ടിപോലുള്ള
ഇതിന്റെ പ്രതിഭയുടെ മുമ്പിൽ എളിയവനാക്കുക
എന്നെ ഇതിന്റെ രക്തത്തിന്റെ കാര്യസ്ഥനാക്കുക
എന്നെ ഇതിന്റെ വിദ്വേഷത്തിന്റെ കലവറക്കാരനാക്കുക
എന്നെ അവസാനത്തിന്റെ ആളാക്കുക
എന്നെ ആരംഭത്തിന്റെ പുരുഷനാക്കുക
എന്നെ വിളവെടുപ്പിന്റെ ആളാക്കുക
എന്നെ വിതയുടെ ആളുമാക്കുക

എന്നെ ഇതിന്റെ ആരാച്ചാരാക്കുക
ധീരനെപ്പോലെ അര മുറുക്കാൻ നേരമായി
എങ്കിലും വധശിക്ഷയുടെ മുഹൂർത്തത്തിൽ
എന്റെ ഹൃദയം അകമ്പഷമായിരിക്കട്ടെ

പരിഭാഷ: സച്ചിദാനന്ദൻ

ലിയോപോൾഡ് സെദർസെങ്കോർ (1906 2001)

സൌഹാളീസ് കവിയും രാഷ്ട്രീയനേതാവും സാംസ്കാരിക സൈദ്ധാന്തികനും. സൌഹാളിന്റെ ആദ്യത്തെ പ്രസിഡന്റായിരുന്നു.

സയിനിലെ രാത്രി

തരുണീ, തവ സുരഭില, പരിമൃദുകരയുഗളം
എൻ നെറ്റിത്തടമതിൽ വയ്ക്കുക.
ചുഴലും സാലങ്ങൾ തമ്മിലുരുമ്മി-
കിരുകിരരവമുയരുന്നില്ല.
താരാട്ടുകളില്ലാ-
താളാത്മകമൂകതമാത്രം നമ്മെ താലോലിക്കുന്നു.
മൂകതയുടെ ഗാനാലാപം കേൾക്കുക,
ശ്യാമളലോഹിതതുടിനാദം കേൾക്കുക,
വിസ്മൃതഗ്രാമങ്ങടെ മഞ്ഞലയിൽ-
വിജൃംഭിതമാം ആഫ്രിക്കയുടെ നാഡിമിടിപ്പുകൾ കേൾക്കുക,
കാണുക, ക്ഷീണിതയായ വളർമതി താണുവരുന്നു,
തരളിതജലധിയൊരുക്കും ശയ്യയിലേക്കു വരുന്നു.
തളരുന്നൂ ചിരി,
മാതാവിൻ മുതുകൊട്ടിയിരിക്കും കുട്ടികൾ മാതിരി,
കഥയോതുന്നോർ തൂങ്ങുന്നു.
നർത്തകരുടെ കാലുകൾ ദുർവഹമാകുന്നു,
ഗായകജിഹ്വകൾ കുഴയുന്നു.
താരകളുടെ നേരമിതല്ലോ!
പാലാടയണിഞ്ഞ്, മുകിലിൻ കുന്നുകളിൽ

ചാരിയിരുന്നു കിനാക്കൾ കൊരുക്കും
രാവിൻ നേരമിതല്ലോ!
കുടിലിൻ മേൽക്കൂരകൾ മൃദുവായ് മിന്നിത്തെളിയുന്നു.
എന്താണവർ താരകളോടു സുമന്ത്രണമോതുന്നുവോ?
തേൻ ചോരും തീക്ഷ്ണസുഗന്ധത്തിലലിഞ്ഞു
പൊലിഞ്ഞു തീപ്പൊരികൾ.
തമ്പീ, തെളിതൈലമൊഴിച്ചുകൊളുത്തുക ശരറാന്തൽ
കുഞ്ഞുങ്ങൾ ശയ്യയിലവരുടെ പൂർവികരുടെ കഥ പറയട്ടെ.
ചെവിയോർക്ക, പിതൃക്കടെ നാദം കേൾക്കാൻ,
നമ്മെപ്പോൽ നാടുകടത്തപ്പെട്ടവരല്ലോ!
മരണത്തെ കൂട്ടാക്കാത്തോർ,
അവരുടെ വിത്തുകൾ—
ചൊരിമണലിലൊലിച്ചു നശിക്കാൻ ഇഷ്ടം കാട്ടാത്തോർ
പുകയും പാഴ്ക്കുടിലുകളെ ഞാൻ ശ്രദ്ധിക്കട്ടെ,
അവിടല്ലോ നിഴലിക്കുന്നൂ മംഗലചേതനകൾ.
ഉയിരറ്റോരുടെ മണമൊന്നു ശ്വസിക്കട്ടെ,
അവരുടെ അക്ഷയവാക്കുകളെ ഞാൻ ധ്യാനിക്കട്ടെ,
ഞാനാവർത്തിക്കട്ടെ.
താഴത്താഴത്തിലിറങ്ങിയാഴും മുമ്പെ
നിദ്രയുടെ നീർക്കുഴിയിൽ ഞാൻ മുങ്ങിപ്പോകും മുമ്പെ,
ജീവിതമെങ്ങനെയെന്നു പഠിക്കാൻ
ആശിക്കുന്നൂ, ഞാനാശിക്കുന്നൂ.

ലിയോപോൾഡ് സെദർസെങ്കോർ

ചാകാ (നാടകീയ കാവ്യം)

(ചാകാ ആഫ്രിക്കയിലെ ചരിത്രപുരുഷനാണ്. സുലു രാജവംശത്തിൽപ്പെട്ട, ക്രൂരനായ ആ ഭരണാധികാരിയുടെ അന്ത്യനിമിഷങ്ങൾ, അനവധി ശബ്ദങ്ങൾ പങ്കെടുക്കുന്ന ഒരു നാടകീയകാവ്യമായി സെങ്കോർ അവതരിപ്പിച്ചിരിക്കുന്നു. വിവിധ ശബ്ദങ്ങൾ, ചാകായുടെ മനസിനെ പ്രതിനിധാനം ചെയ്യുന്നവയാണ്. തെക്കെ ആഫ്രിക്കയിലെ 'ബൻറു' രക്തസാക്ഷികൾക്കാണ് ഈ കൃതി സമർപ്പിക്കപ്പെട്ടിട്ടുള്ളത്.

ബയേട്ടേ, ബാബാ, ബയേട്ടേ, ഓ സുലു:- മനുഷ്യനും ദൈവത്തിനുമിടയ്ക്കുനിൽക്കും പിതാവേ! ആകാശത്തുനിന്നും വന്നവനേ!

ബയേട്ടേ = ദൈവത്തിനും മനുഷ്യനും ഇടയ്ക്കുനിൽക്കുന്നവൻ
ബാബ = പിതാവ്; സുലു:- ആകാശത്തുനിന്നു വന്നവൻ, ചാകായുടെ കാലത്തിനുശേഷം 'സുലു' രാജാക്കന്മാരെ ഇങ്ങനെ വിളിച്ചുപോരുന്നു.
കോസുകോസ്:- ആഫ്രിക്കയിലുള്ള വിശേഷപ്പെട്ട പലഹാരം,
നോലിവി :- ചാകായുടെ കാമുകി.)

ഭാഗം 1

(ശ്മശാനഭേരിയുടെ പശ്ചാത്തലത്തിൽ)

വെളുത്ത ശബ്ദം

ചാകാ, ഒരു പുള്ളിപ്പുലിയേപ്പോൽ
ചിറികോട്ടും കാട്ടുനായയെപ്പോൽ
നിന്നെ മൂന്നു ഏറുകുന്തങ്ങൾ നിലംപതിപ്പിക്കാൻ പോകുന്നു.
ശൂന്യത നിനക്കുവേണ്ടി നിലവിളിക്കുന്നു.
ഇതാണ് നിന്റെ പീഡാനുഭവം!
നിന്നെ മുക്കിക്കുളിപ്പിക്കും ചോരനീരരുവികൾ
നിനക്കു പ്രായശ്ചിത്തമായി ഭവിക്കട്ടെ.

ചാകാ (ശാന്തനായി)

ഉം! ഞാനിവിടെ രണ്ടു സഹോദരന്മാർക്കിടയ്ക്ക്,
രണ്ടു കുലദ്രോഹികൾക്കിടയ്ക്ക്,
രണ്ടു കള്ളന്മാർക്കിടയ്ക്ക് രണ്ടു വിഡ്ഢികൾക്കിടയ്ക്ക്
ഹാ! പക്ഷേ,
കാട്ടുനായയെപ്പോലല്ല,
തല കുനിക്കാത്ത ഇത്തിയോപ്പ്യൻസിംഹത്തേപ്പോൽ,
ഇതാ, മണ്ണിലേക്കു മടങ്ങിവന്നിരിക്കുന്നു!
ശൈശവത്തിന്റെ സാമ്രാജ്യം! അതെത്ര പ്രഭാപൂർണം!
അതാണെന്റെ പീഡയുടെ അവസാനവും.

വെളുത്ത ശബ്ദം

അങ്ങു, തെക്കേദിക്കിൽ, ചാകാ നീ വിറയ്ക്കുന്നു
ഉച്ചണ്ഡസൂര്യൻ പൊട്ടിച്ചിരിക്കുന്നു
പട്ടാപ്പകൽ കൂരിരുട്ട്, ഓ! ചാകാ,

പ്രാവുകളുടെ വേണുഗാനം നീ കേൾക്കുന്നില്ല.
നിന്റെ ഏഴുകരളുകളിൽ തുളഞ്ഞിറങ്ങുന്ന
എന്റെ നാദത്തിൻ വായ്ത്തലയല്ലാതൊന്നും നീ കാണുന്നില്ല.

ചാകാ

കടലിനപ്പുറത്തുനിന്നുമുള്ള വെളുത്ത ശബ്ദമേ,
എന്റെ ഉൾക്കണ്ണുജ്വലിപ്പിക്കുന്നു കാന്തിചിന്നും രജനിയെ
വ്യാജമായ നിന്റെ പകൽവെട്ടം വേണ്ടെനിക്കൊട്ടും.
എന്റെ നെഞ്ച്, നിന്റെ ഉൽക്കയുടയ്ക്കുന്ന പരിചയാണ്
പുളിമരങ്ങളിൽ പുലരിയുടെ തുഷാരബിന്ദുക്കൾ,
സ്ഫടികത്തിന്റെ ചക്രവാളത്തിൽ
എന്റെ സൂര്യൻ ഉയരുന്നു.
ഈ മധ്യാഹ്നത്തിൽ, 'നോവിലി'യുടെ കളകൂജനം
എന്റെ കാതുകളിൽ പതിയുന്നു.

വെളുത്ത ശബ്ദം

ഹ! ഹ! ഹ! ഹ! ചാകാ, തരക്കേടില്ല.
ആ മനോഹരിയെക്കുറിച്ച്,
നീ മംഗല്യസൂത്രം ചാർത്തേണ്ട ആ പെണ്ണിനെക്കുറിച്ച്,
വെണ്ണപോലെ വിമലമായ അവളുടെ ഹൃദയം,
ആമ്പൽപ്പൂവിതളുകൾപോലെ അവളുടെ മിഴികൾ,
നീരുറവപോലെ മൃദുവായ അവളുടെ മൊഴികൾ
അവളെ നീ വധിച്ചല്ലോ!
നിന്റെ മനസ്സാക്ഷിയുടെ പിടിയിൽനിന്നും
രക്ഷ നേടാൻ അവളെ നീ വധിച്ചല്ലോ!

ചാകാ

നീ എന്നോടു മനസ്സാക്ഷിയെപ്പറ്റിപ്പറയുന്നു, അല്ലേ?
അതെ ഞാനവളെ കൊന്നു,
ശ്യാമഭൂമിയുടെ കഥകൾ അവൾ പറഞ്ഞുകൊണ്ടിരുന്നപ്പോൾ-
ത്തന്നെ ഞാനവളെ കൊന്നു.
ശരിയാണ്, എന്റെ കൈ വിറച്ചില്ല.
അവളുടെ കക്ഷത്തിലെ സുഗന്ധപ്പടർപ്പുകളിൽക്കൂടി
ഉരുക്കിന്റെ ഒരു മിന്നലാട്ടം.

വെളുത്ത ശബ്ദം

അപ്പോൾ, ചാകാ, നീ അത് സമ്മതിക്കുന്നു.
പുരുഷലക്ഷങ്ങളെ,
ഗർഭിണികളുടെയും, മുലക്കണ്ണുറുഞ്ചിക്കൊണ്ടിരുന്ന—
കുഞ്ഞുങ്ങളുടെയും വ്യൂഹങ്ങളെ അറുകൊല ചെയ്തതു

നീ ഏൽക്കുമോ?
നീ, കഴുകനും കാട്ടുനായ്ക്കും
ഭക്ഷണമൊരുക്കുന്നവരിൽ മുമ്പൻ
മരണത്തിന്റെ താഴ്വരയിലെ കവി.
ഞങ്ങൾ പോരാളിയെത്തേടി,
കശാപ്പുകാരനെയാണ് കിട്ടിയത്.
ഊടുവഴികളിൽ ഉതിരം കുത്തിയൊഴുകുന്നു.
നീരുറവകളിൽ നിണധാര പ്രവഹിക്കുന്നു,
മരണത്തിന്റെ കഴുകുകൾ വട്ടമിട്ടുപറക്കും നിരത്തുകളിൽ
കാട്ടുനായ്ക്കൾ മരണം കുരച്ചുകൂട്ടുന്നു.
ഹോ, ചാകാ, സുലു, മഹാമാരിയേക്കാൾ കഷ്ടം,
എരിഞ്ഞുരുളും വനവഹ്നിയേക്കാൾ കഷ്ടം.

ചാകാ

മുടിക്കെട്ടിയ കൂടുകൾക്കുള്ളിലെ, തിന തിന്നുന്ന ജന്തുക്കൾ
ചിലയ്ക്കുന്ന കളപ്പുരമുറ്റം,
ശരിയാണ്, പരശതം ഭാസുരവ്യൂഹങ്ങൾ,
ചുകന്ന ചെമ്പുപോലെ കൊഴുപ്പിട്ടുതിളങ്ങുന്ന-
നനുത്ത സൂര്യപടത്തൂവലുകൾ,
ഉണങ്ങിയ മരങ്ങളിൽ ഞാൻ മഴുവെറിഞ്ഞു.
ഉണങ്ങിയ കുറ്റിക്കാടുകൾക്കു തീവച്ചു.
സൂക്ഷ്മദൃക്കായ ഒരു കർഷകനെപ്പോലെ
മഴ വന്നപ്പോൾ, വിതയ്ക്കേണ്ടപ്പോൾ,
ചാരം തയാറായിരുന്നു.

വെളുത്ത ശബ്ദം

എന്ത്! പശ്ചാത്താപത്തിന്റെ വാക്കുപോലും......

ചാകാ

പാപത്തിനാണ് പശ്ചാത്താപം.

വെളുത്ത ശബ്ദം

ജീവന്റെ മാധുര്യം മോഷ്ടിക്കുന്നതാണ് മഹാപാപം.

ചാകാ

ഭയംകൊണ്ടുള്ള ദൗർബല്യമാണ് മഹാപാപം

വെളുത്ത ശബ്ദം

ഹൃദയദൗർബല്യം ക്ഷന്തവ്യമാണ്.

ചാകാ

ഹൃദയദൗർബല്യം പരിശുദ്ധമാണ്....
ഹാ! നീ നിനയ്ക്കുന്നു, ഞാനവളെ പ്രണയിച്ചിരുന്നില്ലെന്ന്
പനയെണ്ണ പുരട്ടി സുന്ദരിയായ എന്റെ കാപ്പിരിപ്പെണ്ണിനെ,
തൂവൽപ്പീലിപോലുള്ള കൃശഗാത്രിയെ,
വിറയ്ക്കും നീർനെല്ലിത്തുടകൾ,
കിളിമൻജാരോമഞ്ഞിൻ കുളിർപുരളും ഊരുകാണ്ഡങ്ങൾ
വിളഞ്ഞ നെൽപ്പാടങ്ങൾക്കൊക്കും വക്ഷോജങ്ങൾ
കിഴക്കൻ കാറ്റത്താടും കരുവേലമരക്കുന്നുകൾ
നോലിവി!
അവളുടെ, മലമ്പാമ്പിനൊക്കും കരവല്ലരികൾ
അണലിപ്പാമ്പിനൊക്കും അധരപുടങ്ങൾ
നോലിവി!
താരാപുഞ്ജ നയനങ്ങളുള്ളോൾ,
വാർതിങ്കൾ വേണ്ട - പറവേണ്ട-
അവളുടെ സ്വരം എന്റെ ശിരാന്തർഭാഗത്തു മുട്ടിമുഴങ്ങുമ്പോൾ,
ശീഘ്രസ്പന്ദിയാം രാവിൻനാഡിയിൽ ചൂടേറുമ്പോൾ....
അയ്യോ! നീ തേറുന്നു ഞാനവളെ പ്രണയിച്ചിരുന്നില്ലെന്ന്
എന്നാൽ!
എന്നാൽ, ഈ നീണ്ട വർഷങ്ങൾ,
കാലചക്രത്തിന്മേൽ മുട്ടിത്തകർന്ന തകർച്ചകൾ,
കർമങ്ങളുടെ കഴുത്തു ഞെരിക്കുന്ന ഈ കണ്ഠപാശം
നിദ്രാശൂന്യമായ ഈ നീണ്ട നിശീഥിനി,
"സാംബസി"യിൽ നിന്നും,
ഒരു അശ്വിനിമാതിരി ഞാനലഞ്ഞുതിരിഞ്ഞു,
നക്ഷത്രങ്ങളുടെ നേർക്കു കുതിച്ചുപാഞ്ഞു.
കുരുക്കിൽപ്പെട്ട പുലിയെപ്പോലെ
അജ്ഞാതമായ ഈ വേദന എന്നെ കാർന്നുതിന്നു.
അവളെ ഗാഢമായി പ്രേമിച്ചിരുന്നെങ്കിൽ
ഞാനവളെ കൊല്ലുകയില്ലായിരുന്നു.
സംശയത്തിൽനിന്നും മുക്തിനേടാൻ
അവളുടെ അധരങ്ങളിലെ പാലിന്റെ ലഹരിയിൽ നിന്നും,
എന്റെ രക്തത്തിലെ ഇരുണ്ട
പെരുമ്പറയുടെ മിടിപ്പിൽ നിന്നും,
'ലാവ' ഉരുകിയൊലിക്കുന്ന എന്റെ അന്തർകോശങ്ങളിൽ
നിന്നും,

എന്റെ കാളിമയുടെ അന്തരാളങ്ങളിൽ,
എന്റെ ഹൃദയത്തിലെ 'യുറേനിയം' ഖനികളിൽനിന്നും
എന്റെ പ്രേമത്തിൽനിന്നും, എന്റെ 'നോലിവി'യിൽനിന്നും
എനിക്കു രക്ഷപ്പെടേണ്ടിയിരുന്നു:
കറുത്ത തൊലിയുള്ള എന്റെ ജനതയുടെ സ്നേഹത്തിനുവേണ്ടി,

വെളുത്ത ശബ്ദം

ഞാനിതു പറയുന്നു ചാകാ:– നീയൊരു കവിയാണ്,
പ്രഗൽഭനായ പ്രസംഗകൻ– മിടുക്കനായ രാഷ്ട്രീയജീവി

ചാകാ

ദൂതന്മാർ എന്നോടു പറഞ്ഞു:–
"ചട്ടങ്ങളും ചതുരമട്ടങ്ങളുമായി,
ദശാസൂചികളും, ദൂരകോണമാത്രകളുമായി,
വെള്ളത്തൊലിയും, തെളിഞ്ഞ കണ്ണുകളും
നേരിയ ചുണ്ടുകളും, തുറന്ന ഭാഷണങ്ങളുമായി
അവർ കരയ്ക്കിറങ്ങുന്നു;
അവരുടെ കപ്പലുകൾ നിറയെ വെള്ളിടിയാണ്."
ഞാൻ സ്വയം ഒരു മനസ്സായിമാറി,
വിറയ്ക്കാത്ത ഒരു കയ്യായിത്തീർന്നു.
പോരാളിയോ കൊലയാളിയോ അല്ല,
നീ പറഞ്ഞതുപോല ഒരു രാഷ്ട്രീയക്കാരൻ,
കവിയെ ഞാൻ കൊന്നു–പ്രവൃത്തിനിരതനായ–
ഒരു മനുഷ്യൻ മാത്രം.
നിനക്കു അനുതാപാർഹരായി തോന്നുന്നവരേക്കാൾ–
മുമ്പേ മരിച്ചുകഴിഞ്ഞ ഒരു മനുഷ്യൻ മാത്രം.....
എന്റെ ദുഃഖം ആർക്കു മനസിലാകും?

വെളുത്ത ശബ്ദം

ഓർമയ്ക്കു ഗണ്യമായ പിശകു പറ്റിയ
മനീഷിയായ മനുഷ്യൻ,
പക്ഷേ, ശ്രദ്ധിച്ചുകേൾക്കൂ, ചാകാ,
നിനക്ക് ഓർക്കാൻ കഴിയും.

ഇസ്സാനുസ്സിയെന്ന മാന്ത്രികന്റെ ശബ്ദം (അകലെ)

ഗാഢമായി ചിന്തിക്കൂ, ചാകാ,
ഞാൻ നിന്നെ നിർബന്ധിക്കുകയല്ല.
ഞാനൊരു മാന്ത്രികൻ മാത്രം – ശാസ്ത്രനിപുണൻ മാത്രം.
ത്യാഗംകൊണ്ടു മാത്രമേ അധികാരം നേടാനാവൂ.
അഖണ്ഡമായ അധികാരം,
പ്രിയതമയുടെ രക്തം അവകാശപ്പെടുന്നു.

ഒരു ശബ്ദം (ചാകായുടേതുപോലെ - അകലെ)

അപ്പോൾ അവൾ മരിക്കണം - മറ്റു പോംവഴിയില്ല.
വരണ്ട 'കോസ്ക്കോസി'ൽ പാലെന്നപോലെ,
നാളെ അവളുടെ ചോര നിങ്ങളുടെ മരുന്നിന്മേൽ തളിക്കും.
മായാവീ, മറയത്തു പോ.
മരണശിക്ഷയ്ക്കു വിധിക്കപ്പെട്ടവനും,
ഏതാനും നാഴിക വിസ്മരിക്കുന്നതിന് കൊടുക്കാറുണ്ട്.

ചാകാ (പെട്ടെന്നുണർന്ന്)

വേണ്ട, വേണ്ട, വെളുത്ത ശബ്ദമേ,
നിനക്കു നല്ലവണ്ണമറിയാമല്ലോ?

വെളുത്ത ശബ്ദം

അധികാരമായിരുന്നു നിന്റെ ലക്ഷ്യമെന്ന് എനിക്കറിയാം.

ചാകാ

അതെന്റെ മാർഗം മാത്രം.

വെളുത്ത ശബ്ദം

നിന്റെ ഉല്ലാസം...

ചാകാ

എന്റെ കാൽവരീ...
ചക്രവാളസീമവരെയുള്ള എല്ലാ നാടുകളും,
അധീശന്റെ കീഴിൽ, ചതുരമട്ടങ്ങളുടെ കീഴിൽ
ദിശാസൂചിയിൻകീഴിൽ അടക്കിവച്ചിരിക്കുന്നതായി
ഒരു സ്വപ്നത്തിലൂടെ ഞാൻ കണ്ടു.
കാടുകൾ അരിഞ്ഞുവീഴ്ത്തി, മേടുകൾ നിരപ്പാക്കി,
താഴ്വാരങ്ങളും, തടിനികളും തളച്ചിട്ടു.
ഉരുക്കുപാളങ്ങൾ വരഞ്ഞ അഴികൾക്കു കീഴിൽ,
നാലുപാടുമുള്ള ഭൂമി ഞാൻ കണ്ടു.
നിശബ്ദതയുടെ ചിതൽപ്പുറ്റുപോലെ,
തെക്കൻജനത അധ്വാനിക്കുന്നതു ഞാൻ കണ്ടു.
അധ്വാനം പവിത്രമാണ്.
എന്നാൽ ഇവിടെ അതു മുദ്രയല്ലാതെയായി.
ഭേരിയും, നാദവും ഋതുക്കളുടെ മുദ്രകൾക്കു
താളമായി തീരുന്നില്ല.
കപ്പൽനിർമാണകേന്ദ്രങ്ങളിൽ, തുറമുഖങ്ങളിൽ,
ഖനികളിൽ, മില്ലുകളിൽ
തെക്കൻജനതയെ ഞാൻ കണ്ടു.

സായംസന്ധ്യകളിൽ അവർ ദുരിതംനിറഞ്ഞ കുടിലുകളി-
ലേക്കു പോകുന്നു - വിശപ്പുകൊണ്ടു മരിക്കയും ചെയ്യുന്നു.
ഒരു പ്രഭാതത്തിൽ, മൂടൽമഞ്ഞിൽനിന്നും
വെളിയിലെത്തിയപ്പോൾ
രോമാവൃതശിരസ്സുകളുടെ ഒരു കാടു ഞാൻ കണ്ടു.
തളർന്നുവീണ കയ്യുകൾ, ഒട്ടിയ വയറുകൾ
വിശാല നയനങ്ങൾ,
അസംഭാവ്യനായ ദൈവത്തെ വിളിച്ചുകേഴുന്ന ചുണ്ടുകൾ.
അത്തരം നിന്ദകളിൽ, വേദനകളിൽ
മൂകസാക്ഷിയായി നിൽക്കാനെനിക്കു കഴിയുമോ?

വെളുത്ത ശബ്ദം

നിന്റെ സ്വരം വിദ്വേഷംകൊണ്ടു ചുകന്നിരിക്കുന്നല്ലോ,
ചാകാ

ചാകാ

ഞാൻ മർദനത്തെ മാത്രമേ വെറുത്തിട്ടുള്ളൂ.

വെളുത്ത ശബ്ദം

ചുകന്ന വിദ്വേഷം കരളിനെ കരിക്കുന്നു.
ഹൃദയത്തിന്റെ ദൗർബല്യമാണ് പരിശുദ്ധം;
അഗ്നിയുടെ ചക്രവാതമല്ല.

ചാകാ

സ്വന്തം ജനതയെ സ്നേഹിക്കുന്നത് വിദ്വേഷമല്ല,
ആയുധങ്ങൾക്കു കീഴിൽ ശാന്തിയില്ല,
മർദനമുള്ളിടത്തു ശാന്തിയില്ല; സമത്വമില്ലാതെ
സാഹോദര്യമില്ല.
എല്ലാവരും എന്റെ സഹോദരങ്ങളാകണമെന്നായിരുന്നു
എന്റെ ആകാംക്ഷ.

വെളുത്ത ശബ്ദം

വെള്ളക്കാരനെതിരെ നീ ദക്ഷിണപഥത്തെ മുഴുവൻ
അണിനിരത്തി...

ചാകാ

വെളുത്ത ശബ്ദമേ, നിന്റെ തനിനിറം മനസിലാക്കുന്നു!
കാപട്യത്തിന്റെ ശബ്ദം,
ദുർബലതയ്ക്കെതിരെ ബലത്തിന്റെ ശബ്ദം.
കടലുകൾക്കക്കരെനിന്നുമുള്ള കൈവശക്കാരന്റെ മനസ്സാക്ഷി!
ചെമ്പൻചെവികളോട് എനിക്ക് വെറുപ്പില്ല.

മധുരഭാഷണങ്ങളും, മധുരപാനീയങ്ങളും നൽകി
അവരെ ഞങ്ങൾ ദൈവദൂതന്മാരെപ്പോലെ സ്വാഗതം ചെയ്തു.
അങ്ങാടിച്ചരക്കുകൾ അവർക്കു വേണമായിരുന്നു.
ഞങ്ങൾ കൊടുത്തു.
ആനക്കൊമ്പ്, തേൻ, മാരിവില്ലിന്റെ പച്ചത്തോൽ,
പലവ്യഞ്ജനം, സ്വർണം, അനർഘരത്നങ്ങൾ, തത്തകൾ,
കുരങ്ങുകൾ.
അവരുടെ തുരുമ്പിച്ച സമ്മാനങ്ങളെക്കുറിച്ച്,
വിലകുറഞ്ഞ ജപമാലയെക്കുറിച്ച് - ഞാൻ പറയണമോ?
അവരുടെ തോക്കിനെക്കുറിച്ചെനിക്കു ബോധ്യം വന്നപ്പോൾ,
ഞാൻ ദൃഢചിത്തനായി,
യാതന എന്റെ നിത്യാനുഭവമായി - ഹൃദയത്തിന്റെയും
ആത്മാവിന്റെയും യാതന.

വെളുത്ത ശബ്ദം

കൃതകൃത്യമായ ഹൃദയത്തോടുകൂടി യാതന സ്വീകരിക്കുന്നത്
മോക്ഷമാണ്.

ചാകാ

എന്റേത് സ്വീകരിക്കപ്പെട്ടു....

വെളുത്ത ശബ്ദം

പശ്ചാത്താപഭരിതമായ ഒരു ഹൃദയത്തോടെ....

ചാകാ

കറുത്ത തൊലിയുള്ള എന്റെ ജനങ്ങളോടുള്ള സ്നേഹത്തിന്...

വെളുത്ത ശബ്ദം

'നോലിവി'യോടുള്ള സ്നേഹത്തിന്?
മരണത്തിന്റെ താഴ്‌വരയിൽ ഗാഢസുഷുപ്തിയിൽ
കിടക്കുന്നവരോടുള്ള സ്നേഹത്തിന്?

ചാകാ

എന്റെ 'നോലിവി'യോടുള്ള സ്നേഹത്തിന്.
ഞാനതു വീണ്ടും പറയണമോ?
ഓരോ മരണവും എന്റെ മരണമായിരുന്നു.
കരുതിയിരിക്കേണ്ടും കൊയ്ത്തുകാലവുമുണ്ടായിരുന്നു!
കറുത്ത ഹൃദയങ്ങളുടെ മാർദവത്തിൽനിന്നും
വെളുവെളുത്ത മാവ് പൊടിച്ചെടുക്കുന്നതിന്
തിരികല്ലുകളുണ്ടായിരുന്നു.

വെളുത്ത ശബ്ദം

അധികം കഷ്ടപ്പെട്ടവൻ അധികം ക്ഷമിക്കപ്പെടുന്നു

ഭാഗം 2

(പ്രേമഭേരി, സജീവമായി)

ചാകാ

(ഒരു നിമിഷത്തേക്കു കണ്ണുപൂട്ടുന്നു. വീണ്ടും തുറന്ന് കിഴക്കോട്ട് കുറെനേരം തുറിച്ചു നോക്കുന്നു. പ്രശാന്തമുഖം ജ്വലിക്കുന്നു.)

രാത്രി, എന്റെ പ്രിയപ്പെട്ട രാത്രി വരുന്നു.
പവൻപോലെ പനിമതി,
'നോലിവി'യുടെ, പ്രഭാതത്തിലെ കളകൂജനം
ഞാൻ കേൾക്കുന്നു.
മണമുള്ള പുല്ലുകളിൽ ചുവന്ന ആപ്പിൾ ഉരുളുന്നു.

ഗായകസംഘം

വേർപിരിഞ്ഞു പോകയാണവൻ
അവനെത്ര കറുമ്പനാണ്.
ഏകാന്തതയുടെ സമയമാണിത്.
നമുക്കു 'സുലു'വിനെക്കുറിച്ചു പാടാം.
നമ്മുടെ സ്വരം അവനെ സ്വസ്ഥനാക്കട്ടെ,
''ബയേട്ടേ, ബാബാ, ബയേട്ടേ, ഓ സുലു."

ഗായകസംഘത്തിന്റെ നേതാവ്

അവനെത്ര ദിവ്യനാണ്...
പുനർജന്മത്തിന്റെ സമയമാണിത്.
ബാല്യത്തിന്റെ പൂവാടിയിൽ കവിത വിളഞ്ഞിരിക്കുന്നു.
പ്രേമത്തിന്റെ സമയമായി.

ചാകാ

എന്റെ പ്രിയതമേ,
ഞാനിതിനുവേണ്ടി ഇത്രനാൾ കാത്തിരുന്നു.
അവസാനമില്ലാത്ത ഈ പ്രണയരാവിനുവേണ്ടി
ഞാൻ ഇത്രനാൾ ആശിച്ചിരുന്നു.
ഉച്ചനേരത്ത് തണുത്ത ഭൂമിയെ സ്വാഗതം ചെയ്യുന്ന
തൊഴിലാളിയെപ്പോലെ അത്രയധികം യാതന
ഞാൻ സഹിച്ചതാണ്.

ഗായകസംഘത്തിന്റെ നേതാവ്

അടുത്തുവരുന്ന നിമിഷം പ്രേമത്തിന്റെ മുഹൂർത്തമാണ്.

അത് ഏകാകിയായ ചാകായാണ്.
അവന്റെ കറുത്ത കാന്തിയിൽ,
നഗ്നമായ നേർമയിൽ,
ആഹ്ലാദത്തിന്റെ വേദനയിൽ,
ലൈംഗികതയുടെയും, ഗളനാളത്തിന്റെയും
അസഹനീയതയിൽ.

ഗായകസംഘം

"ബയേട്ടേ, ബാബാ, ബയേട്ടേ, ഓ ബയേട്ടേ"

ചാകാ

എന്നാൽ ഞാൻ കാവ്യമല്ല, ഭേരിയല്ല, താളമല്ല.
അത് ഇപ്പോഴും എന്നെ അധീനമാക്കുന്നു.
'ബാവുലു'വിലെ ഒരു പ്രതിമയെപ്പോലെ
അതെന്റെ ശരീരം മുഴുവൻ കടയുന്നു.
മുഖരിതമായ അന്തർകോശങ്ങളിൽനിന്നും
ഉയർന്നുവരുന്ന കാവ്യമല്ല ഞാൻ.
ഞാൻ കാവ്യം ചമയ്ക്കുന്നില്ല;
അതിനെ അനുധാവനം ചെയ്യുന്നവൻ മാത്രം.
ഞാൻ മാതാവല്ല;
കരത്തിലെടുത്തു പരിലാളിക്കയും അതിനോട്
മൃദുവായി സംസാരിക്കുകയും ചെയ്യുന്ന പിതാവുമാത്രം.

ഗായകസംഘത്തിന്റെ നേതാവ്

ഓ! ചാകാസുലു, ദൂരെനിന്നുതന്നെ ഗ്രാമങ്ങളെ
ചുട്ടെരിക്കാൻ പോന്ന കണ്ണുകളുള്ള
ആഗ്നേയസിംഹമല്ല നീ ഇനി.

ഗായകസംഘം

'ബയേട്ടേ, ബാബാ, ബയേട്ടേ, ഓ ബയേട്ടേ.'

ഗായകസംഘത്തിന്റെ നേതാവ്

സിംഹത്തേക്കാൾ, ആനയേക്കാൾ ഭയങ്കരനായ
കാട്ടുപോത്തല്ല നീ.
ധീരന്റെ പരിച തകർക്കുന്ന ഈ കാട്ടുപോത്തു നീയല്ല.
'ഓ! എന്റച്ഛാ! എന്റമ്മേ' പുരുഷാരം വിളിച്ചുകൂവുകയാണ്.

ഗായകസംഘം

ബയേട്ടേ, ബാബാ, ബയേട്ടേ, ഓ ബയേട്ടേ!

ചാകാ

ഓ, എന്റെ പ്രിയേ,

ഞാനിതിനുവേണ്ടി ഇത്രയുംനാൾ കാത്തിരുന്നു,
യൗവനത്തിന്റെ പടവുകൾ തോറും ഇത്രയും നാൾ
അലഞ്ഞുതിരിഞ്ഞു.
(മറ്റുള്ളവർക്ക് വേണുവും. മധുവിന്റെ മർമരവുമായിരുന്നു)
സിദ്ധന്മാരുടെ വിദൂരസങ്കേതങ്ങൾ സന്ദർശിച്ച് വളരെ നാളുകൾ പോക്കി.

ഗായകസംഘം

ഓ സുലു, കഠിനചര്യക്കു വിധേയനായ നീ,
ഓജസ്സുറ്റ തൈലം പുരട്ടിയവനേ,
വർഗ ചിഹ്നങ്ങളുടെ മകനേ.

ചാകാ

അരങ്ങുകളുടെ ഏകാന്തതയിലാണ് ഞാൻ ഇത്രയും
കാലം സംസാരിച്ചുപോന്നത്.
എന്റെ തൊഴിലിനു വിരുദ്ധമായിപ്പോലും മരണത്തിന്റെ
ഏകാന്തതയിൽ ഞാൻ വളരെ പൊരുതിയിട്ടുണ്ട്.

ഗായകസംഘത്തിന്റെ നേതാവ്

നീയാകുന്നു സുലു.
നിന്മൂലം ഞങ്ങൾ ധാന്യമണികളെപ്പോലെ
വളർന്നു കൊഴുക്കുന്നു
ബലത്ത ജീവശ്വാസം ഞങ്ങൾ വലിച്ചെടുക്കുന്ന
നാസാപുടമാണു നീ.
വിരിഞ്ഞ മുതുകുള്ളവനാണു നീ.
കറുത്ത തൊലിയുള്ള എല്ലാ ജനങ്ങളെയും വഹിക്കുന്നതു
നീ തന്നെ.

ഗായകസംഘം

ബയേട്ടേ, ബാബാ! ബയേട്ടേ, ഓ സുലു!

ഗായകസംഘത്തിന്റെ നേതാവ്

നീ മല്ലനാണ്,
ഉടുമുണ്ട് ഉരിഞ്ഞു വീണിരിക്കുന്നു,
മൃതപ്രായരായ പോരാളികൾ നിന്നെ ശ്രദ്ധിച്ചു നോക്കുന്നു.
ഇനിക്കുന്ന ചാരായം നിന്റെ ശരീരത്തെ വിറപ്പിക്കുന്നു.

ഗായകസംഘം

ബയേട്ടേ, ബാബാ ബയേട്ടേ, ഓ സുലു!

ഗായകസംഘത്തിന്റെ നേതാവ്

ചെണ്ടയുടെ താളം ചമയ്ക്കുന്ന – ഉടിലിന്റെയും കൈകളുടെയും
ഭാരം സമീകരിക്കുന്ന കൃശനായ നർത്തകനാണ് നീ.

ഗായകസംഘം

ബയേട്ടേ ബാബാ! ബയേട്ടേ ഓ സുലു!

ഗായകസംഘത്തിന്റെ നേതാവ്

ഞാൻ നിന്നെ സംബോധന ചെയ്യുന്നു
കരുത്തൻ, നല്ലവൻ, കുലത്തോടു കൂറുള്ളവൻ,
കൊള്ളിമീൻ മുടിയണിഞ്ഞ രാവിന്റെ മാരൻ,
ജീവിതത്തിന്റെ വാക്കുകൾ രചിക്കുന്ന രചയിതാവ്,
ശൈശവത്തിന്റെ സാമ്രാജ്യത്തിലെ കവി.

ഗായകസംഘം

രാഷ്ട്രീയജീവി മരിക്കട്ടെ, കവി ജീവിക്കട്ടെ!

ചാകാ

വർണനയ്ക്കതീതമായ ഈ മുഹൂർത്തത്തിൽ,
പെരുമ്പറ മുഴങ്ങട്ടെ,
രാത്രി പാടട്ടെ, 'നോലിവി' പാടട്ടെ,
ഗായകരെ, നിങ്ങൾ ഞങ്ങളുടെ പ്രേമത്തിന്റെ
കാവൽക്കാരാവിൻ,

ഗായകസംഘത്തിന്റെ നേതാവ്

പഴങ്കഥകളിൽനിന്നും പാനം ചെയ്ത്
വെളുത്ത കായ്കളും കൊറിച്ച് – ഞങ്ങൾ ഇവിടെ,
ഈ രാത്രിയുടെ വാതുക്കൽ കാത്തുനിൽക്കുന്നു
ഞങ്ങൾ ഉറങ്ങുകയില്ല, നല്ല വാർത്തയ്ക്കുവേണ്ടി
കാത്തിരുന്ന്,
ഞങ്ങൾ ഉറങ്ങുകയില്ല

ഗായകസംഘം

'നോലിവി' അവളുടെ ഉടലിന്റെ ഉള്ളറകളിൽ
മരിച്ചുപോകും, കഷ്ടം!
അങ്ങനെ പുലരിയിൽ ആ നല്ല വാർത്ത പിറന്നു–
വീഴുകയും ചെയ്യും.

ചാകാ

ഓ എന്റെ രാത്രീ, എന്റെ കറുമ്പി, എന്റെ നോലിവി,
വേദനയെ പിന്തുടരുന്ന ദൗർബല്യം,
ആ കടുത്ത ദൗർബല്യം നിന്റെ എണ്ണക്കറുപ്പുള്ള
കരങ്ങൾക്കടിയിൽ നശിച്ചുപോയിരിക്കുന്നു,
എന്റെ നെഞ്ചിന്മേൽ, നിന്റെ കൈത്തലങ്ങളുടെ
ഇളംചൂട്, എന്റെ പേശികളെ പോഷിപ്പിക്കുന്ന
സൗരഭ്യമായി, മണിയറയിലെ നറുമണമായി,
ഇപ്പോൾ എന്റെ ഹൃദയത്തിനു ദർശനമരുളുന്നു.

ഓ എന്റെ രാത്രീ, എന്റെ സുന്ദരീ,
കുന്നുകൾക്കു മുകളിൽ മിന്നിത്തെളിഞ്ഞ്,
മാണിക്യങ്ങളുടെ തടത്തിൽ ആർദ്രമായി,
വജ്രത്തിന്റെ രഹസ്യം പേറുന്ന ശ്യാമസുന്ദരീ,
പ്രകാശത്തിന്റെ കറുത്ത രൂപമേ,
ആദ്യദിവസത്തെ പ്രഭാതം പോലെ
സ്വച്ഛസ്വരൂപമാർന്നവളേ,
നാം അന്യോന്യം നഗ്നരായ് നിന്നപ്പോൾ,
പെട്ടെന്നു പ്രേമത്തിന്റെ കണ്ണുകൾ നമ്മെ
അമിത പ്രഭയാൽ വിഭ്രമിപ്പിച്ചപ്പോൾ, മൂകരാക്കിയപ്പോൾ,
തൊണ്ടയിലെ ആ നൊമ്പരം എന്നെ വിട്ടകന്നിരിക്കുന്നു.
ഹാ! എന്റെ ആത്മാവ് അടിമുടി നഗ്നനാക്കപ്പെട്ടിരിക്കുന്നു.
പക്ഷേ! എണ്ണക്കറുപ്പുള്ള നിന്റെ കരങ്ങൾക്കടിയിൽ
ആ നൊമ്പരം എന്നെ വിട്ടകന്നു.

ഗായകസംഘം

ബയേട്ടേ, ബാബ! ബയേട്ടേ, ഓ സുലു!

ചാകാ

വിദൂരതയിലെ ഭേരി,
കാടുകൾക്കപ്പുറത്ത്, കുന്നുകൾക്കപ്പുറത്ത്,
ചേറ്റുനിലങ്ങളുടെ നിദ്രയ്ക്കുമപ്പുറത്ത്,
വിദൂരഗ്രാമങ്ങളും നിശാവേളകളും മെനഞ്ഞെടുത്ത
ശബ്ദരഹിതമായ ലയം.....
ഞാൻ അതിന്റെ അനുചരനാണ്,
ഞാൻ ഭേരിയുടെ വശത്തുള്ള വളവാണ്,
ഞാൻ കടഞ്ഞെടുത്ത ചെണ്ടക്കോലാണ്,
അലകളെ മുറിക്കുന്ന ചെറുതോണിയാണ്,
വിണ്ണു വിതയ്ക്കുന്ന കയ്യാണ്, മണ്ണിന്റെ മാറിലെ കാലാണ്,
ഭംഗിയുള്ള കുനിവിനെ കല്യാണം കഴിക്കുന്ന
ഉലക്കയാണു ഞാൻ,
ചെണ്ടത്തോലിൽ അടിക്കയും, ഉഴുകയും ചെയ്യുന്ന
ചെണ്ടക്കോലാണു ഞാൻ
നിർവികാരതയെക്കുറിച്ച്, വിരസതയെക്കുറിച്ച്
ആരാണു പറഞ്ഞത്?
ആഹ്ലാദം നിർവികാരമാണ്,
സൗന്ദര്യം നിർവികാരമാണ്, അനന്തമാണ്,
കാർമേഘമില്ലാത്ത ആകാശം, അലർച്ചയില്ലാത്ത
ഒരു നീലക്കാട്,
തികച്ചും ഏകാന്തമായ നാദം, എന്നാൽ സത്യമായിട്ടുള്ളത്.

മഹത്തായി മുഴങ്ങുന്ന ഈ പോര്, സമഞ്ജസമായ ഈ സമരം നീണ്ടുപോകട്ടെ.
വിയർപ്പ്–പ്രഭാതത്തിന്റെ മുത്തുകൾ.
ഈ മനോഹരമായ രാത്രിയിൽ നിന്നും (പ്രിയപ്പെട്ട രാത്രീ, ഓ, എന്റെ കറുമ്പീ,) — ഭേരിയിൽ നിന്നും ഒരു പുതിയ ലോകത്തിന്റെ പുതിയ സൂര്യൻ ഉദയം ചെയ്യട്ടെ.

(ചാകാ പതുക്കെ പുറകോട്ടു ചരിയുന്നു. മരിക്കുന്നു.)

ഗായകസംഘത്തിന്റെ നേതാവ്

വെളുത്ത പ്രഭാതം, പുതിയ പ്രഭാതം എന്റെ ജനങ്ങളുടെ കണ്ണുകൾ തുറക്കുന്നു.

ഗായകസംഘം

ബയേട്ടേ, ബാബ! ബയേട്ടേ, ഓ ബയേട്ടേ!

ഗായകസംഘത്തിന്റെ നേതാവ്

മഞ്ഞുതുള്ളി, ഓ മഞ്ഞുതുള്ളി എന്റെ ജനങ്ങളുടെ വേരുകളെയുണർത്തുന്നു.

ഗായകസംഘം

ബയേട്ടേ, ബാബ! ബയേട്ടേ, ഓ ബയേട്ടേ!

ഗായകസംഘത്തിന്റെ നേതാവ്

ഭൂമിയിലെ ജനങ്ങളുടെമേൽ ഉച്ചസ്ഥനായ സൂര്യൻ, അതാ,

ഗായകസംഘം

ബയേട്ടേ, ബാബ! ബയേട്ടേ, ഓ ബയേട്ടേ!
(ഗായകസംഘം ഈ പദങ്ങൾ ആവർത്തിച്ചാവർത്തിച്ച് കർട്ടനു പിന്നിൽ മറയുന്നു.)

പരിഭാഷ: കടമ്മനിട്ട രാമകൃഷ്ണൻ

ലിയോപോൾഡ് സെദർ സെങ്കോർ

ന്യൂയോർക്ക്!

ന്യൂയോർക്ക്! ഞാൻ നിന്നോടരുളിച്ചെയ്യുന്നു,
ന്യൂയോർക്ക്! നിന്റെ രക്തത്തിലേക്ക് കറുത്ത രക്തം
ഒഴുകിച്ചേരട്ടെ,
നിന്റെ ഉരുക്കുസന്ധികളിലെ തുരുമ്പു മുഴുവൻ
അത് ഉരച്ചുരച്ചുകളയട്ടെ, ജീവിതതൈലം പോലെ.
നിന്റെ പാലങ്ങൾക്ക് അത്
നിതംബങ്ങളുടെ വളവും ഇഴജന്തുക്കളുടെ മയവും നൽകട്ടെ.
അതിപുരാതനയുഗങ്ങൾ മടങ്ങിയെത്തട്ടെ.
പ്രാചീനമായ ഐകമത്യം വീണ്ടെടുക്കപ്പെടട്ടെ.
സിംഹത്തിന്റെയും കൂറ്റന്റെയും വൃക്ഷത്തിന്റെയും
പൊരുത്തം.
ചിന്തയും കർമവും ഇണങ്ങിച്ചേരട്ടെ,
ശ്രുതിയും മനവും, മുദ്രയും പ്രജ്ഞയും.

സുഗന്ധം വമിക്കുന്ന മുതലകളും
മരീചികക്കണ്ണുകളുള്ള കടൽപ്പശുക്കളുമായി
പിറുപിറുക്കുന്ന നിന്റെ പുഴകളുള്ളപ്പോൾ
നിനക്ക് സൈറനുകളെ തേടിപ്പിടിക്കേണ്ടതില്ല.
വെറുതേ കണ്ണുതുറന്നാൽ മതി-
ഏപ്രിലിലെ മഴവില്ലിനു നേരെ,
ചെവികൾക്ക് എല്ലാ ചെവികൾക്കും മീതെ,
ദൈവത്തിനു നേരെ

നാഗസ്വരത്തിന്റെ ചിരിയിൽനിന്ന്
കർത്താവ് ആറുദിവസം കൊണ്ട്
സ്വർഗവും ഭൂമിയും സൃഷ്ടിച്ചു.
ഏഴാം ദിവസം
നീഗ്രോയുടെ സുദീർഘമായ ഉറക്കമുറങ്ങി.

ഡേവിഡ് ദിയോപ് (1927 – 1960)

ഫ്രാൻസിലെ ആഫ്രിക്കൻ വംശജനായ കവി. ആഫ്രിക്കൻ ജനതയുടെ വംശീയസ്വത്വത്തെ ആവാഹനം ചെയ്യുന്ന തീക്ഷ്ണമായ കവിതകളാണ് ഡേവിഡ് ദിയോപിന്റേത്. കൊളോണിയൽ ഭരണത്തിനും വംശീയ വിദ്വേഷത്തിനുമെതിരെ അടരാടിയ കവിയുടെ മിക്ക രചനകളും നശിപ്പിക്കപ്പെടുകയായിരുന്നു,

ആഫ്രിക്ക

ആഫ്രിക്ക എന്റെ ആഫ്രിക്ക
പുരാതനമായ പുൽമേടുകളിലെ
അഭിമാനികളായ പോരാളികളുടെ ആഫ്രിക്ക
വിദൂര നദീതീരങ്ങളിൽ എന്റെ അമ്മൂമ്മ
നിന്നെക്കുറിച്ചു പാടുന്നു
നിന്നെ ഞാനറിഞ്ഞിട്ടില്ല എങ്കിലും
നിന്റെ രക്തമാണ് എന്റെ ധമനികളിലൊഴുകുന്നത്
വയലുകൾ നനയ്ക്കുന്ന നിന്റെ അഴകുറ്റ കറുത്ത രക്തം
നിന്റെ വിയർപ്പിന്റെ രക്തം
നിന്റെ അധ്വാനത്തിന്റെ വിയർപ്പ്
നിന്റെ അടിമത്തത്തിന്റെ അധ്വാനം
നിന്റെ കിടാങ്ങളുടെ അടിമത്തം
ആഫ്രിക്കാ ആഫ്രിക്കാ പറയൂ
ഈ കുനിഞ്ഞ മുതുക് നിന്റെയാണോ
അപമാനഭാരത്താലൊടിയുന്ന ഈ പുറം
ചുകന്ന വടുക്കെട്ടി വിറയ്ക്കുന്ന ഈ പുറം
ഉച്ചച്ചൂടിൽ ചാട്ടവാറിന് ഏറാൻമൂളുന്ന ഈ മുതുക്

എന്നാൽ ഒരു കനത്ത ശബ്ദം എനിക്കു
മറുപടി നൽകുന്നു
അവിവേകിയായ മകനേ
കരുത്തും ചെറുപ്പവുമുറ്റ ആ വൃക്ഷമില്ലേ
വെളുത്തു വാടിയ പൂക്കൾക്കിടയിൽ
ഏകാന്തതയുടെ സമൃദ്ധിയിൽ നിൽക്കുന്ന
ആ വൃക്ഷം
അതാണാഫ്രിക്ക നിന്റെ ആഫ്രിക്ക
അതു വീണ്ടും വളരുന്നു ക്ഷമയോടെ വാശിയോടെ
അതിന്റെ പഴം സാവധാനം
സ്വാതന്ത്ര്യത്തിന്റെ ചവർപ്പൻ രുചി നേടുന്നു.

ഡേവിഡ് ദിയോപ്

രക്തസാക്ഷി

വെള്ളക്കാരൻ എന്റെയച്ഛനെ കൊന്നു
എന്റെയച്ഛൻ തന്റേടിയായിരുന്നു
വെള്ളക്കാരൻ എന്റെ അമ്മയെ മയക്കിയെടുത്തു
എന്റെ അമ്മ സുന്ദരിയായിരുന്നു
വെള്ളക്കാരൻ എന്റെ ചേട്ടനെ ഉച്ചവെയിലിൽ ചുട്ടുകളഞ്ഞു
എന്റെ ചേട്ടൻ കരുത്തനായിരുന്നു
കറുത്തവന്റെ ചോരകൊണ്ടു ചുവന്ന കയ്യുമായി
വെള്ളക്കാരൻ എന്റെ നേരേതിരിഞ്ഞ്
ചക്രവർത്തിയുടെ ശബ്ദത്തിൽ കൽപ്പിച്ചു:
"ഹേയ് പയ്യൻ, ഒരു കസേര, ഒരു തോർത്ത്,
ഒരു പാത്രം വീഞ്ഞ്."

ഡേവിഡ് ദിയോപ്

സഖാക്കളേ ചെവിടോർക്കുവിൻ

കലാപത്തിന്റെ നൂറ്റാണ്ടുകളിൽ
ജീവിക്കുന്ന സഖാക്കളേ
ആഫ്രിക്ക മുതൽ അമേരിക്കയോളം പടരുന്ന കാപ്പിരിയുടെ
ശരതീക്ഷ്ണമായ ആരവത്തിനായി ചെവിടോർക്കുവിൻ
അവർ മംബായെ കൊന്നു
മാർടിൻസ് വില്ലിലെ ഏഴുപേരെ കൊന്നപോലെ തന്നെ
തടവറയുടെ വിളറിയ വെളിച്ചത്തിൽവച്ച്
ആ മെഡഗാസ്കനെക്കൊന്നപോലെ തന്നെ
സഖാക്കളേ അവന്റെ നോട്ടത്തിൽ
ദുഃഖമുക്തമായ ഒരു ഹൃദയത്തിന്റെ
ഊഷ്മളവിശ്വാസമുണ്ടായിരുന്നു
കൊടുംവേദനയിലും
തകർന്ന ഉടലിന്റെ മുറിവുകൾക്കിടയിലും
അവന്റെ പുഞ്ചിരിയിൽ പ്രതീക്ഷയുടെ പൂച്ചെണ്ട്
നിറങ്ങൾ തിളക്കിനിന്നു.
തലനരച്ച മംബായെ അവർ കൊന്നു, അതേ,
നമുക്കു പത്തുവട്ടം പാലും വെളിച്ചവും ചുരത്തിത്തന്ന അവനെ
എന്റെ സ്വപ്നങ്ങളിൽ ഞാനവന്റെ ചുണ്ടുകളുടെ
സ്പർശനം അറിയുന്നു,
അവന്റെ നെഞ്ചിന്റെ പ്രശാന്തമായ പ്രകമ്പനം അറിയുന്നു.
അമ്മയുടെ മാറിൽ നിന്നു കീറിയെടുത്ത ഒരു ചെടിപോലെ
ഞാനുണങ്ങിപ്പോകുന്നു

എങ്കിലും എല്ലാം നഷ്ടപ്പെട്ടിട്ടില്ല,
എന്റെ ദുഃഖങ്ങളെക്കാളുന്നതമായി,
വന്യമൃഗങ്ങൾ ഉണർന്നു കൺമിഴിക്കുന്ന പുലരിയേക്കാൾ
വിശുദ്ധമായി,
ഒരാരവം മുഴങ്ങുന്നു.
തടവറകൾ തല്ലിപ്പൊളിക്കുന്ന നൂറു ജനതകളുടെ ആരവം.
നാടുകടത്തപ്പെട്ടിരുന്ന എന്റെ രക്തം
വാക്കുകളുടെ വലയിൽ കുടുക്കാമെന്ന് അവർ
വ്യാമോഹിച്ച രക്തം,
മൂടൽമഞ്ഞുരുക്കിക്കളയുന്ന ആവേശം
പിന്നെയും കണ്ടെത്തുന്നു.

കലാപത്തിന്റെ നൂറ്റാണ്ടുകളിൽ
ജീവിക്കുന്ന സഖാക്കളേ,
ആഫ്രിക്ക മുതൽ അമേരിക്കയോളം പടരുന്ന കാപ്പിരിയുടെ
ശരതീക്ഷ്ണമായ ആരവത്തിനായി ചെവിയോർക്കുവിൻ!
അതു പുലരിയുടെ അടയാളമാണ്,
മനുഷ്യരുടെ സ്വപ്നങ്ങൾക്കു നീർപകരാനെത്തുന്ന
സാഹോദര്യത്തിന്റെ അടയാളം.

ബിരാഗോ ദിയോപ് (1906 – 1989)

സെനഗാളീസ് കവിയും നാടകകൃത്തും കഥാകൃത്തും. പശ്ചിമ ആഫ്രിക്കയിലെ ഫ്രഞ്ച് അധീനപ്രദേശമായ സൈനഗാളിൽ ജനിച്ചു.

ശകുനം

ഒരു നഗ്നസൂര്യൻ, — ഒരു മഞ്ഞസൂര്യൻ,
ഒരു സൂര്യൻ, ഇളമ്പുലരിയിൽ നൂലുബന്ധമില്ലാത്തോൻ
മഞ്ഞനിറത്തിൻ നദിയുടെ കരയിൽ
സ്വർണത്തിരകൾ പെയ്യുന്നു.

ഒരു നഗ്നസൂര്യൻ – ഒരു വെള്ളസൂര്യൻ,
ഒരു സൂര്യൻ, വെളുവെളുമ്പൻ, നൂലുബന്ധമില്ലാത്തോൻ,
വെള്ളനിറത്തിൻ നദിയുടെ കരയിൽ
വെള്ളിത്തിരകൾ പെയ്യുന്നു.

ഒരു നഗ്നസൂര്യൻ – ഒരു ചൊമലസൂര്യൻ,
ഒരു സൂര്യൻ, ചൊകചൊകപ്പൻ, നൂലുബന്ധമില്ലാത്തോൻ,
ചൊമല നിറത്തിൻ നദിയുടെ കരയിൽ
ചോരത്തിരകൾ പെയ്യുന്നു.

ബിരാഗോ ദിയോപ്

യാത്രപ്പാട്ട്

മൂന്നുണ്ടു ചട്ടികൾ, എന്റെയമ്മ
മൂന്നുവിരലതിലൊന്നിൽ മുക്കി,
അറിവുള്ളോരാളുകൾ കാരണോന്മാർ
തെളിവുള്ളൊരാത്മാക്കൾ, പുണ്യമുള്ളോർ,
അവരുടെ പ്രാണനീച്ചട്ടികളിൽ
വരുമല്ലോ മൂവന്തിവേള തോറും.
അതിലല്ലോ മുവ്വിരൽ മുക്കിയമ്മ
ഇടതുകയ്യിന്റെ വിരലുമൂന്ന്,
നടുവിരൽ, ചൂണ്ടാണിവിരലും, തള്ള
വിരലുമതിൽ മുക്കിയെന്റെയമ്മ.
വിരൽമുക്കി ഞാനുമതിൻപിറകേ
വലതുകയ്യിന്റെ വിരലുമൂന്ന്.
നടുവിരൽ, ചൂണ്ടാണിവിരലും, തള്ള
വിരലുമതിൽ മുക്കിനിന്നു ഞാന്.
പിറകെയെന്നമ്മ ചുകന്ന ചോര
വിരൽകൊണ്ടു മുവ്വുരു തൊട്ടുഴിഞ്ഞു:

നായുടെ ചോര, കൂറ്റന്റെ ചോര
കോലാടിൻ ചോര –ഇവയിൽ മുക്കി.
പെരുവിരൽ കൊണ്ടമ്മ നെറ്റിതൊട്ടു
ചൂണ്ടുവിരൽകൊണ്ടിടതുനെഞ്ഞ്.
നടുവിരൽ കൊണ്ടമ്മ പൊക്കിൾ തൊട്ടു
വിരൽ മൂന്നും ഞാനും നിവർത്തിനിന്നു:

നായുടെ ചോര, കൂറ്റന്റെ ചോര,
കോലാടിൻ ചോര - ഇവയിൽ മുക്കി
ചോരവിരൽ കാറ്റിൽ ഞാനുയർത്തി:
'ലെവ്വാന്തി'ൽ നിന്നു വടക്കൻ കാറ്റ്,
അന്തിക്കതിരോന്റെ തെക്കൻ കാറ്റ്.
പിന്നെ വിരൽ മൂന്നും ഞാനുയർത്തി
ചന്ദ്രനിലേക്ക് - വെളുത്ത വാവിൻ
ചന്ദ്രനിലേക്ക്, - നൂൽബന്ധമില്ലാ-
ച്ചന്ദ്രനൊരു തൊട്ടി തന്നടിയിൽ
പള്ളികൊള്ളും നേരമായിരുന്നു.
പിന്നെ വിരൽ മൂന്നും മുക്കി മണ്ണിൽ -
നന്നായ് തണുത്ത തരിമണലിൽ
അമ്മയരുളി: "പോ, പോ മകനേ,
ചെല്ലുക ലോകത്തിലേക്കു നീയും;
പിന്നാലെയുണ്ടാവും കാരണോന്മാർ."

അന്നു തൊട്ടിന്നോളം ഞാൻ കടന്നു,
കുണ്ടനിടവഴി ഞാൻ നടന്നു,
തെരുവുകൾ പിന്നിട്ടുചെന്നു ഞാനാ-
ക്കടലിൽ, കടലിന്നുമപ്പുറത്തും,
കടലിന്നുമപ്പുറമപ്പുറവും.
കുന്നായ്മയേറും മനുഷ്യരാരാൻ,
നെഞ്ചിൽ കുശുമ്പുള്ളോർ, ഉൾകറുത്തോർ,
എങ്ങാനടുത്തുണ്ടെന്നാകിലെന്നെ-
ത്താങ്ങുവാൻ മുന്നിൽ നടക്കുമല്ലോ
മുത്തശ്ശന്മാർടെ പുണ്യജീവൻ.

പരിഭാഷ: സച്ചിദാനന്ദൻ

ജീൻ-ജോസെഫ് റബെയരിവോളോ (1901 - 1937)

ആഫ്രിക്കയുടെ ആദ്യത്തെ ആധുനിക കവിയായി പരിഗണിക്കപ്പെടുന്നു.

അദൃശ്യനായ എലി

ഇരവിന്റെ ചുവരുകളിൽനിന്നു പിറന്ന്
ചന്ദ്രന്റെ വെളുത്ത കെയ്ക്ക് കരണ്ടുതിന്നുന്ന
അദൃശ്യനായ എലി ഏതാണ്?

നാളെ പുലരിയിൽ അതു പോയ്മറയുമ്പോൾ
ചോരയൊലിക്കുന്ന ദന്തക്ഷതങ്ങൾ കാണും

രാത്രി മുഴുവൻ കുടിച്ചു ലഹരി കയറിയവരും
ചീട്ടുകൾ താഴെയിട്ടെണീറ്റു പോയവരും
നാളെ രാവിലെ ചന്ദ്രനെ നോക്കി കൺചിമ്മി ഇടറും;
"ആ പച്ചമേശമേലുരുളുന്ന
എട്ടണത്തുട്ട് ആരുടേതാണ്?"
"ഹാ!" അവരിലൊരുവൻ കൂട്ടിച്ചേർക്കും,
"നമ്മുടെ ചങ്ങാതിക്ക് എല്ലാം നഷ്ടപ്പെട്ടു,
അവൻ ആത്മഹത്യ ചെയ്തിരിക്കുന്നു."

എല്ലാവരും അടക്കിച്ചിരിക്കും,
പിന്നെ ഇടറി വീഴും.

ചന്ദ്രൻ പിന്നെ ഉണ്ടാവില്ല,
എലി അതിനെ മാളത്തിലേക്കു കൊണ്ടുപോവും.

ജീൻ-ജോസെഫ് റബെയരിവോളോ

കറുത്ത ഗ്ലാസുപണിക്കാരൻ

കറുത്ത ഗ്ലാസുപണിക്കാരൻ,
അവന്റെ എണ്ണമറ്റ കൃഷ്ണമണികൾ ആരും കണ്ടിട്ടില്ല
അവന്റെ ചുമലിനുമപ്പുറത്തേക്ക് ആരും എത്തിനോക്കിയിട്ടില്ല.
പളുങ്കുമുത്തുകളുടെ ഉടയാടകളണിഞ്ഞ അവന്
അറ്റ്ലസിന്റെ കരുത്തുണ്ട്,
അവൻ ഏഴാകാശവും ശിരസ്സിൽ വഹിക്കുന്നു.
അവന്റെ ഉടുതുണി മേഘങ്ങളുടെ മഹാനദിയിൽ
മുങ്ങി നനഞ്ഞിരിക്കുന്നു,
ആ നദി അവനെ ഒഴുക്കിക്കൊണ്ടുപോകുമെന്നു തോന്നും.

അവന്റെ കൈകളിൽനിന്ന്
ഒരായിരം സ്ഫടിക ശലാകകൾ ചിതറുന്നു,
കാറ്റുകൾക്കു പിറവിയേകുന്ന ഗിരിനിരകളിൽ തട്ടി
അവ തിരിച്ചുവരുന്നു,
അവന്റെ നെറ്റിയിലേക്കുതിരിച്ചെത്തുന്നു.

അവന്റെ ശാശ്വതമായ ദുരിതത്തിനും
അവന്റെ അനന്തമായ അധ്വാനത്തിനും
നിങ്ങൾ തന്നെ സാക്ഷി.
ഇടിമുഴക്കത്താൽ വീർപ്പുമുട്ടുന്ന അവന്റെ കൊടുംദുഃഖം
നിങ്ങൾ കണ്ടുനിൽക്കുന്നു
ഒടുവിൽ കിഴക്കിന്റെ കോട്ടക്കൊത്തളങ്ങളിൽ
കടൽശംഖുകളുടെ പ്രതിധ്വനികൾ മുഴങ്ങുന്നു.
എന്നിട്ടും നിങ്ങൾ അവനോടു സഹതപിക്കുന്നില്ല.

ഓരോ തവണയും സൂര്യൻ മറിഞ്ഞുവീഴുമ്പോൾ
അവന്റെ ദുരിതങ്ങൾ പിന്നെയും തുടങ്ങുന്നു-
അതുപോലും നിങ്ങളോർക്കുന്നില്ല.

പരിഭാഷ: സച്ചിദാനന്ദൻ

ഔവോ ലോഗുയെം യാംബോ

പ്രശസ്ത നോവലിസ്റ്റും കവിയും ഫ്രഞ്ച് അധീനപ്രദേശമായ മാലി യിൽ ജനിച്ചു.

നീഗ്രോപ്പല്ലുകൾ സംസാരിക്കുമ്പോൾ

എല്ലാവരുടെയും വിചാരം ഞാനൊരു
ആൾപ്പിടിയനാണെന്നാണ്
പക്ഷേ ആളുകളുടെ സംസാരത്തിൽ
വലിയ കാര്യമില്ലെന്ന് നിങ്ങൾക്കറിയാമല്ലോ.
എല്ലാവരും എന്റെ തൊണ്ണ് ചുകന്നുകാണുന്നു.
പക്ഷേ എന്റെ തൊണ്ണു വെളുത്തിട്ടാണ്,
തക്കാളി സിന്ദാബാദ്.
എല്ലാവരും പറയുന്നത് ഇനി ടൂറിസ്റ്റുകളുടെ എണ്ണം
കുറയുമെന്നാണ്
പക്ഷേ നമ്മൾ അമേരിക്കയിലല്ലല്ലോ
ഏതായാലും എല്ലാവരും പാപ്പരായിരിക്കുന്നു.
എല്ലാവരും പറയുന്നത് അതെന്റെ കുറ്റമാണെന്നാണ്
പക്ഷേ നോക്കൂ, എന്റെ പല്ലു ചുകപ്പല്ല, കറുപ്പാണ്
ഞാനൊരാളെയും തിന്നിട്ടില്ല.
ആളുകൾ കുബുദ്ധികളാണ്, അവർ പറയുന്നത്
ഞാൻ ടൂറിസ്റ്റുകളെ പൊരിച്ചു വിഴുങ്ങുന്നുവെന്നാണ്
അല്ലെങ്കിൽ ചുട്ടുതിന്നുന്നുവെന്ന്.
ഞാൻ അവരോടു ചോദിച്ചു, 'പൊരിക്കണോ
ചുടണോ' എന്ന്
അവർ പേടിച്ചരണ്ട് എന്റെ തൊണ്ണിലേക്ക്
നിശബ്ദം തുറിച്ചുനോക്കി

തക്കാളി സിന്ദാബാദ്
എല്ലാവർക്കുമറിയാം വളക്കൂറുള്ള മണ്ണിൽ പച്ചക്കറി
നട്ടുണ്ടാക്കാമെന്ന്
എല്ലാവരും പറയുന്നത് കൃഷിക്കാരന്
പച്ചക്കറിതിന്നാൽ പോരെന്നാണ്
ഞാൻ ഒരു പ്രാകൃതൻ വളരേണ്ടതിലുമധികം
വളർന്നുപോയെന്നാണ്-
ടൂറിസ്റ്റുകളെ തിന്നു ജീവിക്കുന്ന നികൃഷ്ടജന്തു
എന്റെ പല്ലുകൾക്കു മുർദാബാദ്

എല്ലാവരും ചേർന്നു പെട്ടെന്നെന്നെ വളഞ്ഞു
എന്നെ ചങ്ങലക്കിട്ടു താഴെയെറിഞ്ഞു
നീതിയുടെ കാലിൽ
സാഷ്ടാംഗ നമസ്കാരം ചെയ്യിച്ചു
"നരഭോജിയാണോ അല്ലയോ പറ
ഹും, കളിപ്പിക്കാമെന്നാ വിചാരം?
അന്തസ്സു കാട്ടുകയാണല്ലേ?
ഇനി നിനക്കു കിട്ടുന്നതു വാങ്ങിക്കോ.
പാവം, നീ വിധിക്കപ്പെട്ടു കഴിഞ്ഞു നിന്റെ
അന്ത്യമൊഴി കേൾക്കട്ടെ."

ഞാൻ തക്കാളി വായിലിട്ട് ഉറക്കെ നിലവിളിച്ചു.
ആണുങ്ങൾക്കു ദയയില്ലായിരുന്നു
പെണ്ണുങ്ങൾക്ക് ആകാംക്ഷയായിരുന്നു
അവർ വട്ടം കൂടി എത്തിനോക്കി
അതിൽ കിണ്ണംപോലെ കിലുങ്ങുന്ന ശബ്ദമുള്ള ഒരുത്തി
അലറി നിലവിളിച്ചു.

"അവനെ വെട്ടിപ്പൊളിക്കിൻ പപ്പാ അകത്തു കാണും."
കത്തികൾക്കു മൂർച്ചയില്ലായിരുന്നു
പാശ്ചാത്യരെപ്പോലുള്ള സസ്യഭുക്കുകൾക്കിടയ്ക്ക്
അതുപിന്നെ അങ്ങനെയായിരിക്കുമല്ലോ.
അതിനാൽ അവർ ഗില്ലെറ്റ് ബ്ലെയ്ഡു
വലിച്ചെടുത്തു
സാവധാനം ശ്-ഛ്ശ് - ബ്ലക് -
അവരെന്റെ വയറു കീറിപ്പിളർന്നു.

അവിടെ ഒരു തക്കാളിത്തോട്ടം തഴച്ചുവളരുകയായിരുന്നു
പനങ്കള്ളിന്റെ പുഴകൾ അതു നനച്ചുകൊണ്ടിരുന്നു
തക്കാളി സിന്ദാബാദ്!

(സച്ചിദാനന്ദൻ)

ഐവറി കോസ്റ്റ് ചാൾസ് നോക്കൻ

പ്രശസ്ത ആഫ്രിക്കൻ കവിയായ ചാൾസ് നോക്കൻ വർണവിവേചനത്തിന്റെ ഭീകരത തന്റെ കവിതകളിലൂടെ തുറന്നു കാണിച്ചു.

എന്റെ ശിരസ്സ്

എന്റെ ശിരസ്സ് വിശാലമാണ്
എനിക്കു മരത്തവളയുടെ കണ്ണുകളുണ്ട്
എന്റെ പുറങ്കഴുത്തിൽ ഒരു കൊമ്പുണ്ട്
എങ്കിലും എന്റെയുള്ളിൽ
മാന്ത്രികസംഗീതം പതഞ്ഞുപൊങ്ങുന്നു
ഇത്രയ്ക്കപൂർവമായ സൗരഭ്യം
ഉച്ഛ്വസിക്കുന്ന വൃക്ഷമേതുണ്ട്?
കറുത്ത സൗന്ദര്യമേ
ചേറിലുരുളുന്ന ഒരു മരത്തവളയ്ക്കകത്തുനിന്ന്
നീ എങ്ങനെയാണു പൊട്ടിപ്പുറപ്പെടുന്നത്?
ഏകാന്തമായ വൈരൂപ്യത്തിൽനിന്ന്
നീ എങ്ങനെയാണൊഴുകിയെത്തുന്നത്?
ഇതു നോക്കിനിൽക്കുന്ന നിങ്ങളുടെ വിചാരം
എന്റെ വാദ്യത്തിന്റെ ശബ്ദം
എനിക്കു സ്വാതന്ത്ര്യം നേടിത്തരുന്നുവെന്നാണ്
ഞാൻ കാറ്റാണെന്നാണ്
പറക്കുന്ന ചിന്തയാണെന്നാണ്
അല്ല, അല്ല, എന്നിൽ ഒന്നുംതന്നെയില്ല
ദുഃഖത്തിന്റെ ഒരു തടാകമല്ലാതെ യാതൊന്നും.

ജോസഫ് മിയേസാൻ ബൊഗ്നീനി

ബൊഗ്നീനി ലോകപ്രശസ്ത ആഫ്രിക്കൻ കവിയാണ്. പ്രകൃതി ശക്തികളെയും പ്രപഞ്ചത്തിന്റെ നിഗൂഢതകളെയും തന്റെ കവിതകളിൽ ആവിഷ്കരിച്ച ഈ കവി ഐവറി കോസ്റ്റിൽ ജനിച്ചു. ഫ്രഞ്ച് ആഫ്രിക്കൻ കവിതയിൽ വിഷാദാത്മകത്വവും സംഗീതാത്മകതയും നിറഞ്ഞു നിൽക്കുന്നു. ഫ്രഞ്ച് ഭാഷയിലെഴുതിയ നവ കാൽപ്പനിക കവിയുടെ കവിതകൾ പ്രകൃതിയുടെ സൗന്ദര്യം ആവാഹിക്കുന്നവയാണ്.

ഭൂമിയും ആകാശവും

ഭൂമിയും ആകാശവും
നമ്മുടെ നിലവിളികൾ കടന്നുചെല്ലാത്ത വിശാലതകൾ.

ഞാനെന്റെ ശിരസ്സ് രണ്ടുപാറകൾക്കിടയിൽവെച്ചു
കിടക്കുന്നു
ഞാൻ വെറുതേ രക്ഷകനെത്തേടുന്നു.
          നിന്റെ സമൃദ്ധി മാത്രമാണ് എനിക്കു
          സ്വാതന്ത്ര്യം നൽകുന്നത്
ആയിരം ജനപദങ്ങൾ പിന്നിട്ട്
ഞാൻ ശൂന്യതയിലൂടെ ഓടിയിട്ടുണ്ട്
നിന്റെ പ്രകൃതിദൃശ്യങ്ങൾക്ക് ഊനം തട്ടാതെ
ശ്വാസം വിടാൻപോലും എനിക്കു കഴിഞ്ഞില്ല.
രാത്രികൾ എന്നെ ചമ്മട്ടികൊണ്ടടിച്ചിട്ടുണ്ട്
ഊരുചുറ്റുന്ന ഒരലസനെയെന്നപോലെ.

ചിറകും നഖവുമില്ലാത്ത വെറുമൊരു
പ്രാണിയാണു ഞാൻ
എന്റെ ആകെയുള്ള ആഹാരം
അറപ്പുനിറഞ്ഞ സർപ്പങ്ങളാണ്
എന്റെ മേൽക്കൂരയിൽ കനലുകൾ പൊട്ടിയെരിയുന്നു
എന്റെ മാംസത്തിന്റെ പഴം ഉണങ്ങിച്ചുങ്ങുന്നു
സ്നേഹം എന്റെ കാൽക്കൽ ചുരുണ്ടുകിടക്കുന്നു
ഞാനെന്റെ വേദനകളെല്ലാം അഴിച്ചുകളയാം.
ആശ്വാസത്തിന്റെ ഉടുപ്പെടുത്തണിയാം -
ഇത്തരം ആഹ്ലാദം ഞാനറിഞ്ഞിട്ടേയില്ല.
ഞാൻ നിന്നെ എന്റെ ഇണയായിക്കരുതാം
എന്റെ ഉടൽ നിന്റെ കൈകളിൽ നഷ്ടപ്പെടട്ടെ.
പ്രകൃതിയെ തല്ലിത്തകർക്കുന്ന കാറ്റിനെപ്പോലെ
എന്നെ ഉന്മത്തനാക്കുക-
നിന്നെ വെറുക്കാനല്ല നിത്യവും നിന്നെ സ്നേഹിക്കാൻ.

പരിഭാഷ: സച്ചിദാനന്ദൻ

കോസീ ബ്ര്യൂ

അന്വേഷണം

ഭൂതകാലം
വർത്തമാനത്തിന്റെ കരി മാത്രമാണ്;
ഭാവി
മേഘാവൃതമായ ആകാശത്തേക്കു രക്ഷപ്പെട്ട പുകയും.

ഓമനേ സൗമ്യയായിരിക്കുക,
അലിവു കാണിക്കുക
കാരണം, വാക്കുകൾ ഓർമകളാകുന്നു
ഓർമകളോ കോമാളികളുടെ കയ്യിലെ ആയുധങ്ങളും.
അറിവുള്ളർ മൗനം ഭജിക്കുന്നത്,
ബുദ്ധന്റെ കവിളിൽ ക്രിസ്തുവിന്റെ കൈപ്പാടുകൾ
വായിച്ചറിഞ്ഞതുകൊണ്ടാണ്,

അതുകൊണ്ട് ഓമനേ
അവരുടെ സംസാരത്തിൽ ജ്ഞാനം തിരക്കേണ്ടാ.
അവർ വഴികാട്ടുമെന്നു വിചാരിക്കയും വേണ്ടാ
അവരുടെ നാവുകളെ
നിശബ്ദതയിലേക്കു ശുദ്ധീകരിച്ചെടുത്ത
അതേ അഗ്നി നമ്മളെയും പഠിപ്പിക്കട്ടെ, നമ്മളേയും!

നാം നമ്മുടെ വികാരങ്ങളുടെ ഭാരം
ഉറങ്ങിത്തീർന്ന രാത്രിയിൽ മഴ വീണു;
ആ വികാരങ്ങളുടെ പുതുതായിക്കണ്ടെത്തിയ ജ്ഞാനം
ചടുലമായ ഇടിമിന്നലുകളായി വന്നെത്തി
സത്യം വെളിപ്പെടുത്തി
അവർ അടിമകളുടെ കോമാളികളായിരുന്നെന്ന
സത്യം.

കോസീ ബ്ര ്യു

ഹൃദ്യമായ ചിരി

നമ്മുടെ പെണ്ണുങ്ങളുടെ
മുലക്കണ്ണുകൾ വളരെ വലുതാണ്
മധുരം, ഉദാരം!

അതല്ലെങ്കിൽ ഘാനക്കാർക്ക്
അവരെപ്പോഴും പറയുന്ന മാതിരി
അത്ഭുതം നിറഞ്ഞ കാര്യങ്ങൾ പറയാൻ പാകത്തിന്
അഭ്യാസം നേടിയ ചുണ്ടുകൾ
എങ്ങനെ കിട്ടാനാണ്?

അതല്ലെങ്കിൽ
പൊയ്പ്പോയ നിശബ്ദ ദിനങ്ങളോർത്തു
വിതുമ്പിക്കരയേണ്ട ഈ സമയത്ത്
ഇങ്ങനെ ചിരിക്കാൻ
അവർക്കെങ്ങനെ കഴിയുന്നു?

ജോർജ് അവുണോർ വില്യംസ്

പ്രശസ്ത നോവലിസ്റ്റും കവിയും – 1935 ൽ ഘാനയിൽ ജനിച്ചു. പ്രധാന കൃതികൾ : Rediscovery and other Poems, Night of my blood, The Breest of the Earth comes the Voyager at Last.

ഈസ്റ്റർ പുലരി

ആ മനുഷ്യൻ യെരൂശലേമിൽ മരിച്ചു.
അവന്റെ മരണം
ഓരോ ആണ്ടറുതിയിലും മണിയോശയ്ക്കൊത്തു
പുലരിയെഴുന്നള്ളത്തു നടത്താൻ
ആളുകളെ വിളിക്കുന്നു.
ഇന്നു രാവിലെ, കാൽവരിയിൽ കേട്ട സ്തോത്രങ്ങൾ
എല്ലാ പുലരികളിലേക്കും ഒഴുകി വീഴുന്നു.
    ദൈവങ്ങൾ നിലവിളിക്കുന്നു.
    എന്റെ പിതാവിന്റെ ദൈവങ്ങൾ നിലവിളിക്കുന്നു.
    ഒരു ശവമടക്കലിന്നായിക്കൊണ്ട്
    ഒരന്ത്യകൂദാശയ്ക്കായിക്കൊണ്ട് അവർ കരയുന്നു.
    വീണുപോയ അമ്പലങ്ങൾ പുതുക്കിപ്പണിയേണ്ടവർ
    ഈ എഴുന്നള്ളിപ്പുകാരുടെ കൂടെക്കൂടിയിരിക്കുന്നു.
    അവർ പാട്ടുംപാടി ഗെത്സേമനിലേക്കു പോവുന്നു
    അവിടെ ദുരിതത്തിന്റെ കണ്ണീർത്തുള്ളികൾ
    ഇന്നും മുൾച്ചെടി കഴുകിയെടുക്കുന്നു.
അവൻ ഉയിർത്തെഴുന്നേറ്റു!
ഈശോ ഉയിർത്തെഴുന്നേറ്റു!

എന്റെയുള്ളിലെ കുടിലിൽനിന്ന് ദൈവങ്ങൾ
പിന്നെയും നിലവിളിച്ചു: നീയെന്തുകൊണ്ട്
ആ കീഴടക്കം ശ്രദ്ധിക്കുന്നില്ല?
എഴുന്നള്ളിപ്പുകാർ ഉയിർത്തെഴുന്നേൽപ്പിനെക്കുറിച്ചു പാടി
കാൽവരിക്കുന്നിൽ നടന്ന കഥ
കുരിശിന്റെ കാൽക്കൽ ഭൂമി മുഴുവൻ പരന്നു കിടക്കുന്ന
കാൽവരി
ദൈവങ്ങൾ കരഞ്ഞു, കട്ടിത്തുണിയിൽ
കളിമൺകണ്ണീരു വീഴ്ത്തിക്കരഞ്ഞു
ആഫ്രിക്കൻ ചുടുകാറ്റിൽ
കുടിനീർവഴിപാടു വരണ്ടുപോയി
'കോളയണ്ടി'* വരണ്ട് ചുരുണ്ട്
ചേനയമൃതേത്ത് എലി കരണ്ടുപോയി
പൂജാരി ഈസ്റ്റർ കുർബാനക്ക് കളസമിടുകയാണ്
ഉയിർപ്പ് സ്തോത്രങ്ങൾ അകലെനിന്നു വന്നെത്തി
എന്റെ അകത്തളങ്ങളെ തൊട്ടുണർത്തുന്നു
അപ്പോൾ ദൈവങ്ങൾ ഏറ്റവുമുറക്കെ കരഞ്ഞു
അവർ ഓശാനക്കാരെ നോക്കി ആക്രോശിച്ചു
ആ പാട്ടുകാരുടെ ചെണ്ടയും ചേങ്കിലയും പിടിച്ചുവാങ്ങി
എഴുന്നള്ളിപ്പുകാരുടെ പിറകെ നടന്നുനീങ്ങി
അവർ അവരുടെ കാൽവരി തേടി
അവരുടെ ബലിക്കല്ലുകൾ തേടി
വേണ്ടകാലത്ത് അവയ്ക്കു പകരംവെക്കാൻ
കൂട്ടാക്കാത്തവരെയും.

പരിഭാഷ: സച്ചിദാനന്ദൻ

* തവിട്ടുനിറമുള്ള ഒരാഫ്രിക്കൻ കായ. കഫീൻ ധാരാളമുള്ള പാനീയത്തിനുപയോഗിക്കുന്നു.

ജോൺ പെപ്പെർ ക്ലാർക്ക്

ജനനം 1935. നൈജീരിയയിലെ പ്രമുഖ ആംഗ്ലോ ഫോണിക് കവിയും നാടകകൃത്തും. ആഫ്രിക്കൻ ജീവിതത്തിന്റെ മിത്തുകളും കലകളും ഒത്തുചേർന്ന ജനകീയ കവി. Song of a Goat അദ്ദേഹത്തിന്റെ പ്രശസ്ത നാടകമാണ്. Causalties: Poems, A Reed in the Tide തുടങ്ങിയവ പ്രധാന കവിതകൾ.

കടലമ്മ

കടലിന്റെ കളകളിൽ
തിരയെന്നെപോലെന്റെ
വിരലുകൾ നിന്മെയ്യി-
ലോടിക്കുവാനെനിക്കിഷ്ടം
മുഴുനഗ്ന ചന്ദ്രനെ –
ത്തിരമേലുയർത്തുന്ന-
യിരവുപോലിരുളാർന്ന
നിൻ മുടിയിഴകളിൽ
പടരുന്ന പുല്ലി-
ലിളങ്കാറ്റുപോലെന്റെ
വിരലുകളോടിക്കുവാനെനിക്കിഷ്ടം.

ഞാൻ വികാരോന്മത്തൻ
യഹോവയെപ്പോലൊരസൂയാലു,

ഞാൻ നിന്നെയെന്നപോൽ
സ്നേഹിച്ചതില്ലൊരു
പെണ്ണിനെ മറ്റൊരാൾ
നീയിതറിയാതെ വയ്യാ!

എങ്കിലും നിന്റെ
മിഴികളിൽ തത്തുന്ന
നിദ്രതൻ സ്പർശനം
സ്വപ്നങ്ങളുമായി
വന്നെത്തുമാ ശ്യാമവാഹനം,
ഭൂമിതൻ മണ്ണാൽ പണിതീർത്തൊ-
രാണിന്നുണർവാർന്ന
കണ്ണുകൾക്കെങ്ങനെയാവുമതിൻനേരെ
നിദ്രവരാതൊന്നു നോക്കിയിരിക്കുവാൻ?

അങ്ങനെയുന്മത്തരായ് ഞങ്ങൾ
നിൻ കാൽക്കൽ വന്നു
തകർന്നു വീഴുന്നു കൂമ്പാരമായ്
ജീർണിച്ച ഭിത്തികൾ പോലെ,
കടലിന്റെ നല്ലമ്മ നീ,
മനുഷ്യർക്കു സമ്പത്തുമായ് വന്നവൾ,
യാചകർ ഞങ്ങളെയൊന്നോടെ
നിൻ നെഞ്ചിലേക്കുയർത്തുന്നു

ഗബ്രിയേൽ ഒകാരാ

ജനനം 1921 ൽ. പ്രശസ്ത നൈജീരിയൻ കവി. Piano and Drums പ്രധാനകൃതി.

പിയാനോയും ചെണ്ടകളും

പുലരിയിലൊരു പുഴയോരത്ത്
കാട്ടുചെണ്ടകൾ രഹസ്യമായ താളങ്ങൾ കൈമാറുന്നു,
അടിയന്തര സന്ദേശങ്ങൾ,
ചോരയിറ്റുന്ന മാംസംപോലെ പരുക്കനായ താളങ്ങൾ,
അവ ലോകാരംഭത്തെയും ആദിയൗവനത്തെയും
കുറിച്ചു സംസാരിക്കുന്നു.
അപ്പോൾ കരിമ്പുലികൾ
ഇരയുടെ മേൽ വീഴാനൊരുങ്ങി നിൽക്കുന്നു
കടുവ ചാടാനോങ്ങി മുരളുന്നു,
നായാട്ടുകാർ കുന്തം നീട്ടി പതിയിരിക്കുന്നു;

എന്റെ രക്തം അലയടിക്കുന്നു,
നീർച്ചാട്ടമായി വർഷങ്ങളെ കടപുഴക്കിയെറിയുന്നു,
പെട്ടെന്ന് ഞാൻ അമ്മയുടെ മടിയിലിരുന്ന്
അമ്മിഞ്ഞ ചപ്പുന്ന കുഞ്ഞായി മാറുന്നു.
ഞാൻ പുതുമകളില്ലാത്ത, ലളിതമായ,
വഴികളിലൂടെ നടക്കുന്നു, ഇലകളുടെ പച്ചപ്പിലും
കാട്ടുപൂക്കളുടെ തുടിപ്പിലും
തപ്പിത്തടഞ്ഞു സ്പന്ദിക്കുന്ന ഹൃദയങ്ങളുടെയും

തിരക്കു കൂട്ടുന്ന കാലുകളുടെയും
നഗ്നമായ ഊഷ്മാവുകൊണ്ടുരുവം കൊടുത്ത
പരുക്കൻ വഴികളിലൂടെ.

പിന്നെ ഒരു പിയാനോ
ഒറ്റയ്ക്കിരുന്നു കരയുന്നതു ഞാൻ കേൾക്കുന്നു
അത് കണ്ണുനീർച്ചാലുവീണ ഒരു രാഗമാലികയുടെ
പിരിയനിടവഴികളെക്കുറിച്ചു പറയുന്നു;
ആരോഹണവും അവരോഹണവും
സ്ഥായികളും ശ്രുതികളും നിറഞ്ഞ
വിദൂരഭൂമികളെയും പുത്തനാകാശങ്ങളെയും കുറിച്ചു
സംസാരിക്കുന്നു
ഒടുവിൽ സ്വന്തം സങ്കീർണ്ണതകളുടെ
ദുർഗമ പഥങ്ങളിൽ കുടുങ്ങി
അത് ഒരു വാക്കിന്റെ നടുവിൽ,
കഠാരിമുനയിൽ, വന്നൊടുങ്ങുന്നു.
ഒരു പുഴക്കരയിൽ
ഏതോ യുഗത്തിന്റെ പുലരിമഞ്ഞിൽ
വഴിതെറ്റി വന്ന ഞാനോ
കാട്ടുചെണ്ടകളുടെയും രാഗമാലികയുടെയും
മാന്ത്രികമായ താളത്തിൽ
അലഞ്ഞുകൊണ്ടേയിരിക്കുന്നു.

വോളെ സോയിൻകാ

ജനനം 1934ൽ. പ്രശസ്ത നൈജീരിയൻ കവിയും നാടകകൃത്തും. 1986ൽ സാഹിത്യത്തിനുള്ള നോബൽ പുരസ്കാരം ലഭിച്ചു. അദ്ദേഹത്തിന്റെ Lion and the Jewel മലയാളത്തിലേക്ക് പരിഭാഷ ചെയ്യപ്പെട്ടിട്ടുണ്ട്.

ടെലിഫോൺ സംഭാഷണം

വില അധികമായിത്തോന്നിയില്ല, സ്ഥലമോ
അപ്രധാനമായിരുന്നു.
തന്റെ താമസം ഒട്ടു ദൂരെയാണെന്ന്
വീട്ടുടമസ്ഥ ആണയിട്ടു.
ഇനി കുമ്പസാരമേ ബാക്കിയുള്ളൂ.
"അമ്മച്ചീ," ഞാൻ താക്കീതു നൽകി.
"ഞാൻ ആഫ്രിക്കക്കാരനാണ്
എനിക്ക് വെറുതേ അവിടംവരെ വരാൻ പറ്റില്ല."
മൗനം. തറവാടിയാകാൻ വിധിക്കപ്പെട്ടവളുടെ
നിശബ്ദമാക്കപ്പെട്ട പ്രക്ഷേപണം.
പൊന്നിൽ പൊതിഞ്ഞ പുകവലിക്കുഴലിലൂടെ
ലിപ്സ്റ്റിക്കു പൂശിവന്നെത്തിയ ശബ്ദം കിണുങ്ങി.
–ഹൊ, എന്നെപ്പിടിച്ചുപോയി, മോശമായി–
"എത്ര ഇരുണ്ടിട്ടാണ്?" ഞാൻ കേട്ടതു നേരായിരുന്നു
"നീ ഇളംകറുപ്പാണോ അതോ കടുംകറുപ്പോ?"
ബട്ടൺ 'ബി.' ബട്ടൺ 'എ.'
പൊതുജനങ്ങൾക്ക് മറഞ്ഞുനിന്നു സംസാരിക്കാനുള്ള
ഫോണിലൂടെ വന്നെത്തുന്ന
അഴുകിയ ശ്വാസത്തിന്റെ ദുർഗന്ധം.
ചുവന്ന ടെലിഫോൺ ബൂത്ത്. ചുവന്ന തപാൽപെട്ടി.
ടാറു പരത്തിപ്പായുന്ന ചുവന്ന ഇരട്ടനിലബസ്.
—അതെ ഇതു കിനാവല്ല!

മിണ്ടാതിരിക്കുന്നത് മാനേഴ്സിനു ചേർന്നതല്ല
ലജ്ജ എന്നെ കീഴ്പ്പെടുത്തി
പരിഭ്രാന്തി തള്ളിനീക്കിക്കൊണ്ട്
അപ്പറഞ്ഞത് ഒന്നു വിശദീകരിക്കാൻ ഞാൻ യാചിച്ചു.
അവൾ കരുണാമയിയായിരുന്നു, ഊന്നൽ മാറ്റി–
“നീ മഷിക്കറുപ്പാണോ, അതോ ഇളംകറുപ്പോ?”
വെളിപാടുണ്ടായി. ഞാൻ ചോദിച്ചു—
“എന്നുവെച്ചാൽ – വെറും ചോക്ലേറ്റുപോലെയോ
മിൽക്ക് ചെക്ലേറ്റുപോലെയോ എന്ന് അല്ലേ?”
അവൾ എന്നെ പരിശോധിക്കുംപോലെ മൂളി, തികച്ചും
വ്യക്തിനിരപേക്ഷമായ ഒരു മൂളൽ
അതെന്നെ തകർത്തു കളഞ്ഞു.
തരംഗദൈർഘ്യം പാകപ്പെടുത്തി, ഞാനുടൻ
വാക്കുകൾ ചികഞ്ഞെടുത്തു.
“പടിഞ്ഞാറനാഫ്രിക്കക്കാരുടെ തവിട്ടുനിറം”–
ഒരു പുനർവിചിന്തനമെന്ന നിലയിൽ ഇത്രകൂടി,
“എന്റെ പാസ്പോർട്ടിലുണ്ട്.”
മൗനം. നിറങ്ങൾ പരിശോധിക്കുന്ന ഭാവനയുടെ ഭ്രമണം
ഒടുവിൽ സംസാരം സത്യസന്ധതകൊണ്ട്
പരുഷമായി കിലുങ്ങി.
“എന്നുപറഞ്ഞാൽ?” പിന്നെ സമ്മതം,
“അതെന്തു നിറമാണ് എനിക്കറിയില്ല.”
“പിംഗലഗാത്രി* മാരുടെ നിറം.”
“അതു മുഴുക്കറുപ്പാണ് അല്ലേ?” “അല്ല മുഴുക്കറുപ്പല്ല.
മുഖം നോക്കിയാൽ, ഏതാണ്ടു കറുപ്പുനിറമാണെനിക്ക്
പക്ഷേ ബാക്കിഭാഗങ്ങൾ അമ്മച്ചി
ഒന്നു കാണേണ്ടതാണ്. എന്റെ ഉള്ളങ്കയ്യും ഉള്ളങ്കാലും
ഒരു പൊൻനിറം കലർന്ന തവിട്ടാണ്.
പിന്നെ എന്റെ ആസനം–
എപ്പോഴും ഇരുന്നിരുന്ന് തയമ്പുപിടിച്ചതുകൊണ്ട്
– അതു ഭോഷ്ക്കായിപ്പോയി– അതിന് കാക്കക്കറുപ്പാണ്.
നിൽക്കണേ, ഒരു നിമിഷം, ഞാനതൊന്നു
നോക്കി തിട്ടപ്പെടുത്തട്ടെ.”
അവളുടെ ഫോൺ ഇടിവെട്ടേറ്റപോലെ
പിറകോട്ടു പോകുന്നതു കേട്ടറിഞ്ഞ
ഞാൻ അഭ്യർഥിച്ചു–
“അമ്മച്ചി നേരിട്ട് ഇവിടെ വന്ന്
ഇതൊന്നു നോക്കുകയല്ലേ നന്ന്?”

പരിഭാഷ: സച്ചിദാനന്ദൻ

---

* brunette

മ്ബെല്ലാ സോണെ ദിപോകോ

1936ൽ ജനനം. നോവലിസ്റ്റ്, കവി, പെയിന്റർ എന്നീ നിലകളിൽ പ്രശസ്തൻ. A few nights and days (Novel) Black and White in Love (poems) എന്നിവയാണ് കൃതികൾ.

ദുഃഖം

പാർക്കിൽ എല്ലാം ശാന്തമായിരുന്നു.
അപ്പോഴാണ് കിതച്ചെത്തുന്ന ദൂതനെപ്പോലെ
കാറ്റ് സ്വേച്ഛാധിപതിയുടെ വരവറിയിച്ചത്.
മരക്കൊമ്പുകൾ വ്യസനിച്ചു പിറുപിറുത്തു.

നീയോർക്കുന്നുവോ ആ കൊടുങ്കാറ്റ്?
ഹതാശരായ പുഷ്പങ്ങൾ ഭയംകൊണ്ട്
ഭീകരനായ രാജാവിന് പൂച്ചെണ്ടുകൾ നീട്ടി.
വാൽനക്ഷത്രങ്ങൾ അവന്റെ കിരീടത്തിലെ
മുടിച്ചുരുളുകളായിരുന്നു.
അദൃശ്യമായ ഖഡ്ഗത്തിന്റെ തണുത്ത മുനകളേറ്റു
വീഴുമ്പോൾ, കൊടുങ്കാറ്റു കയറിയാൽ മാത്രം
സംസാരിക്കുന്ന
മരച്ചില്ലകളെപ്പോലെ ഞങ്ങൾ പിടഞ്ഞു നിലവിളിച്ചു.

ഞങ്ങളുടെ അറുത്തുമാറ്റിയ കയ്യും കാലും
മഴയിലൊലിച്ചുപോയി.
എങ്കിലും ഞങ്ങളുടെ രക്തം ചുവരുകളിലൊട്ടിപ്പിടിച്ചു,
മായ്ക്കാനാവാതെ, കാട്ടുമരങ്ങളിൽ പശയെന്നപോലെ.

മ്ബെല്ലാ സോണെ ദിപോകോ

നാടുകടത്തൽ

ജനങ്ങൾ തിങ്ങിക്കയറിയ തോണി
നമ്മുടെ തീരം വിട്ടകലുന്നു.

എങ്കിലും വേഷംമാറിയ ഈ സൈനികർ ആരാണ്,
പുറംനാടുകളിൽ പെയ്യാൻപോകുന്ന ഈ മേഘങ്ങൾ?

രാത്രിയുടെ നിധികൾ കൊള്ളയടിക്കപ്പെടുകയാണ്.
ഭാവി ഒരു കെട്ടുകഥയായിത്തോന്നുന്നു–
അലസരുടെ കൈകൾ പണിയുന്ന ഒരു തറിയിൽ
നെയ്തെടുത്ത കെട്ടുകഥ.

പക്ഷേ എല്ലാറ്റിലും എന്തെങ്കിലും നന്മയുടെ
സൂചന ഉണ്ടെന്നിരിക്കാം,
ആയിരം നാഴികയ്ക്കപ്പുറത്ത് ഏതോ
തടവറയുടെ വാതിലിൽ നിന്ന്
ഒരു കുഞ്ഞിന്റെ ഉണങ്ങിവരണ്ട കൈ
മഴയുടെ നീണ്ടുമെലിഞ്ഞ കൈപിടിച്ചു കുലുക്കുന്നപോലെ.

പരിഭാഷ: സച്ചിദാനന്ദൻ

ചിക്കായ ഉ താം' സീ (1931 – 1988)

കോംഗോയിൽ ജനിച്ചു. കറുത്ത ഹാസ്യവും തീക്ഷ്ണമായ രാഷ്ട്രീയ വിമർശനവും ഉൾക്കൊള്ളുന്ന കവിതകൾ രചിച്ചു.

കാട്ടുതീ

അഗ്നി നദി അതായത് സമുദ്രം കുടിക്കുവാൻ
മണലിനെപ്പോലെ
കൈകൾ കാലുകൾ ഹൃദയത്തിൽ പ്രേമിക്കുവാൻ

എന്നിൽ ജീവിക്കുന്ന ഈ നദി
എന്നെ വീണ്ടും ജനനിബിഡമാക്കുന്നു
നിന്നോടുമാത്രം ഞാനിതു പറഞ്ഞല്ലോ
തീയ്ക്കരികിലിരുന്നുകൊണ്ട്

എന്റെ വംശം
അത് അങ്ങുമിങ്ങുമൊഴുകുന്നു ഒരു പുഴ
അതിനെക്കുറിച്ചു വേവലാതിപ്പെടുന്നവരുടെ
നോട്ടങ്ങളാണ് ഈ തീനാളങ്ങൾ
ഞാൻ നിന്നോടുപറഞ്ഞല്ലോ
എന്റെ വംശം
ഉരുകിയ ഓട്ട് ചൂടോടെ കുടിച്ചതിന്റെ രുചി
ഇപ്പോഴും ഓർമിക്കുന്നു.

ചിക്കായ ഉ താം' സീ

നിശ്ചലജീവിതം

ഞാൻ കുളിക്കുകയായിരുന്നു,
എന്റെ ചത്തുപോയ അനിയത്തിയെ
മുത്തച്ഛൻ വീട്ടുപടിക്കലെ മരത്തിൽ ഞാത്തിയിട്ടു-
ഒരു വമ്പൻ മീനിനെപ്പോലെ.
ഞങ്ങൾ ആദിവാസികളെ ആരാധിച്ചു
കാട്ടുകനികൾ വിഴുങ്ങിയിട്ടും
എനിക്കു പട്ടിണി കിടക്കേണ്ടി വന്നു.

ഞാൻ വിശപ്പുകൊണ്ടു നിലവിളിച്ചു.
എന്റെ അച്ഛന് എന്റെ അമ്മയുടെ
പേരറിഞ്ഞുകൂടാ.
ഞാൻ എന്റെ യുഗത്തിനു സാക്ഷിയാണ്
എന്റെ ചോര കത്തിനിൽക്കുന്ന ആകാശത്തിൽ
ഞാൻ പലപ്പോഴും
ശവങ്ങൾ കണ്ടിട്ടുണ്ട്.

ചിക്കായ ഉ താം' സീ

ദൈവദൂഷകൻ

എന്റെ കർത്താവേ,
ഞാൻ നിന്റെ കീർത്തിക്കായി കുടിക്കുന്നു,
എന്നെ ഇത്രയും ദുഃഖിതനാക്കിയ നിനക്കായി.

വീഞ്ഞു വാറ്റാനറിയാത്ത ഒരു ജനത്തെയാണല്ലോ
നീയെനിക്കു തന്നത്, പിന്നെ
നിന്റെ വിജയാഘോഷത്തിന് ഞാനേതു വീഞ്ഞുകുടിക്കും?
ഇന്നാട്ടിൽ മുന്തിരിവള്ളികളില്ല,
ഈ മരുഭൂമിയിൽ എല്ലാ ചെടിയും മുൾച്ചെടിയാണ്,
ഈ മുൾച്ചെടികളിൽ വിടരുന്ന പൂക്കൾ
നിന്റെ അഭിലാഷത്തിന്റെ കത്തുന്ന ചെടിയുടെ
നാളങ്ങളാണെന്ന്
ഞാൻ വിചാരിക്കട്ടെ.
ഏത് ഈജിപ്തിലാണ്
എന്റെ ജനത്തിന്റെ കാലുകൾ ചങ്ങലയിൽ കിടക്കുന്നത്?

ഈശോ, ഞാൻ നിന്റെ ദുഃഖത്തെ പരിഹസിക്കുന്നു.
ഹാ, എന്റെ പ്രിയ ഈശോ, മുള്ളിനു മുള്ള്,
നമുക്ക് ഒരേ മുൾക്കിരീടമാണുള്ളത്
നീ എന്നെ പ്രലോഭിപ്പിക്കുകയാണ്
ഞാൻ മതം മാറിയേക്കും
ഔസേപ്പുപിതാവ് എന്റെയരികിലെത്തുന്നു.
ഇതാ ഞാൻ നിന്റെ അമ്മയായ കന്യാമറിയത്തിന്റെ
മുല ചപ്പുകയാണ്.
എന്റെ വിരലുകളിൽ ഞാൻ
ഒന്നിലേറെ യൂദാസുകളെ എണ്ണുന്നു.
എന്റെ കണ്ണുകൾ എന്റെ ആത്മാവിനോടു നുണപറയുന്നു
അവിടെ ലോകം ഒരാട്ടിൻകുട്ടിയാണ്,
നിന്റെ പെസഹാ ആട്ടിൻകുട്ടി – ക്രിസ്തു,
ഞാൻ നിന്റെ ദുഃഖത്തിന്റെ പതിഞ്ഞ രാഗത്തിനൊത്തു
നൃത്തച്ചുവടുവെക്കട്ടെ.

ജീൻ - ബാപ്റ്റിസ്റ്റെ ടാട്ടി (1938 - 2009)

കോംഗോയിൽ ജനിച്ചു. കവിയും രാഷ്ട്രീയനേതാവും.

സ്വാതന്ത്ര്യം

കൊടുങ്കാറ്റു ഭൂമിയുടെ ഉദരത്തിൽ കുടുങ്ങിയ
ഒരു ലക്ഷം പ്രാണികളെ തുറന്നു വിടുന്നു.
സൂര്യപർവതം കയറാൻ സമയമായെന്ന്
അവർ കരുതുന്നു.
അവരുടെ സ്വപ്നം കുരുവിയുടെ കൊക്കിൽ
കിടന്നുപിടയുന്നു.

ഞാൻ നിത്യവും എന്റെ ജീവിതം കാത്തുരക്ഷിക്കുന്നു,
സ്വപ്നങ്ങളുടെ ഒരു കൊമ്പു വെട്ടിക്കളയുന്നു.
രാത്രിയുടെ ഉർവരമായ തൃണപാളികളിൽ പിറന്നുവീണ
ദർശനത്തിന്റെ ഓരോ നാരും ഞാനടർത്തിക്കളയുന്നു.
ഈ പരാദങ്ങളെല്ലാം കാറ്റിനു തീറ്റിയാവുന്നു.

അങ്ങനെ നട്ടുച്ച ഒരായിരം സ്വപ്നങ്ങൾ കരിച്ചുകളയുന്നു.
തലയ്ക്കുമുകളിൽ സൂര്യൻ വ്യക്തമായി സംസാരിക്കുന്നു.
നാട്ടിൻപുറത്ത് അവർ സ്വാതന്ത്ര്യത്തിന്റെ പെരുമ്പറ
അടിച്ചു തകർക്കുകയാണ്. എങ്കിലും ഇപ്പോഴും
മുൾച്ചെടികൾ പരിഭ്രമിച്ചു നിലവിളിക്കുന്ന
പാതവക്കുകളിൽ
നഗ്നപാദനായി നൃത്തം തുടരുന്ന മനുഷ്യനെ
മറക്കാതിരിക്കുക.

പരിഭാഷ: സച്ചിദാനന്ദൻ

മസീസി കുനേനേ (1930 – 2006)

പ്രശസ്ത ദക്ഷിണാഫ്രിക്കൻ കവി. Emperor Saka the Great പ്രധാനകൃതി

വിലാപം

ഹാ, സിംഗേളി,
പുകൾപെറ്റ ഗോത്രങ്ങളുടെ മകനേ,
തുക്കേലാനദീതടം മുഴുവനും സൗന്ദര്യം പരത്തുന്നവനേ,
നിന്റെ ഓർമ രണ്ടു ഗരുഡന്മാരെപ്പോലെ
ഞങ്ങളെപ്പിന്തുടർന്നെത്തുന്നു
ഞങ്ങൾ ഈ അവശിഷ്ടങ്ങളിലേക്ക്
ഉപചാരത്തോടെ വരുന്നു
ഞങ്ങൾ ചോരയിറ്റുന്ന സൂര്യനുവേണ്ടി
വിലപിക്കാൻ വന്നെത്തുന്നു.
ഞങ്ങൾ, ലാമിനിഗോത്രത്തിലെ
ദുൻഗുനിയായുടെ പരമ്പരകൾ,
ഞങ്ങളുടെ ദുഃഖം ഭൂമിയിൽ മുഴുവനും ഭീതി പടർത്തുന്നു
ഉച്ചതിരിഞ്ഞു ഞങ്ങൾ നീണ്ട കണ്ണാടികളുമായി നടക്കുന്നു
അനന്തമായ രാത്രിക്കപ്പുറം ഞങ്ങൾ
കാലത്തിന്റെ ലീല പുതുക്കിയെടുക്കുന്നു
ഹാ, പൊയ്പോയ മഹാപൂർവികന്മാരേ,
നിങ്ങൾ ഞങ്ങൾക്ക് അനശ്വരമായ ആഹ്ലാദം നിറഞ്ഞ
ശാശ്വതജീവിതം വാഗ്ദാനം ചെയ്തു
നിങ്ങൾ ഞങ്ങളെ എത്ര സമർഥമായി വഞ്ചിച്ചു!

ആയിരം ദുഃഖങ്ങൾ നിറഞ്ഞ
ആയിരം വർഷങ്ങൾക്കു കാവലിരിക്കാൻ
ഞങ്ങൾ വിരൂപിയായ തീയക്ഷി*യെ ക്ഷണിച്ചു
അവൾ ആകാശത്തിന്റെ അറ്റത്തോളം കാവലിരുന്നു
ചിലപ്പോൾ മരിച്ചവരുടെ ചുവടുകൾ കണ്ടു ഭയപ്പെട്ടു
ഒരു ദിവസം ഭയങ്കരമായ പെരുങ്കാറ്റ്
ഇരുണ്ട ചുഴലിയിൽ നിന്നിറങ്ങിവന്ന ഒരു ദിവസം
ഒരു ദിവസം ഉച്ചതിരിഞ്ഞ്
ഞങ്ങൾ ഊഷരമായ ഒരു മരുഭൂമി കണ്ടു
ചക്രവാളത്തിൽ ഗംഭീരമായ ശബ്ദങ്ങൾ കേട്ടു
വീണ്ടും ഞങ്ങൾ മഹാകാവ്യങ്ങളിലെ പ്രേമം പ്രേമിച്ചു,
അവിഹിതപ്രണയങ്ങളെ പ്രണയിച്ചു
കുറ്റിയറ്റ തലസ്ഥാന നഗരികളുടെ പൊടിയിൽ
ചിതറിക്കിടക്കുന്ന പതിനായിരം മനുഷ്യരെ
ഞങ്ങളിതാ എണ്ണുന്നു.
കാള ഞങ്ങളെ ചിതൽപ്പുറ്റിനുമീതെയിട്ടു
ചവിട്ടിയരയ്ക്കുന്നു.
ഞങ്ങൾ വൈകിപ്പിറന്നവർ,
സിംഹത്തിന്റെ മരണത്തിൽനിന്നുണ്ടാക്കിയ
ഹിംസ്രശബ്ദങ്ങളുടെ കൂമ്പാരങ്ങൾ,
നക്ഷത്രങ്ങളിൽനിന്നു സ്നേഹം വിതയ്ക്കുന്നവരേ,
ഞങ്ങളോടലിവു കാട്ടുക!
ഞങ്ങൾക്ക് ഇടിമുഴക്കത്തിന്റെ കിരീടം തരിക!
ഞങ്ങളുടെ ദുഃഖം ഭൂമിയെ മൂടി തൂങ്ങിക്കിടക്കട്ടെ!

മഹാനദികൾക്കരികിൽ ഞങ്ങൾ നഗ്നരായി ഇരിക്കുന്നു
സഞ്ചാരികൾ ഞങ്ങളെ അഭിവാദ്യം ചെയ്യുന്നതു
നിർത്തിയിരിക്കുന്നു.

---

* salamander: അഗ്നിയിൽ ജീവിക്കുന്നതായി വിശ്വസിക്കപ്പെട്ടിരുന്ന ഒരു ഉഭയജീവി.

ഡെന്നിസ് ബ്രൂട്ടസ് (1924 – 2009)

ദക്ഷിണാഫ്രിക്കൻ കവിയും രാഷ്ട്രീയ പ്രവർത്തകനും.

നഗരം: ഒരിരവുപാട്ട്

ഉറങ്ങൂ നന്നായി പ്രിയതമേ, ഇനി-
യുറങ്ങൂ നന്നായി, തുറമുഖത്തിന്റെ
വെളിച്ചമായിരം മിനുങ്ങുന്നൂ ക്ഷുബ്ധ-
മഴിമുഖങ്ങളിൽ: തുരങ്കം പോലുള്ള
തെരുവിൽ കൂറപോലിഴഞ്ഞുപോകുന്നു
നിയമപാലകർ ചരിക്കും വണ്ടികൾ.
നിരന്ന കൂടാരങ്ങളിൽ കരയുന്നൊ-
രിരുമ്പുതട്ടികകളിൽനിന്നക്രമം
കുടഞ്ഞെറികയാണവർ നീളെ മുട്ട
പൊതിഞ്ഞൊരു പഴന്തുണിയെന്നപോലെ.
ഇളങ്കാറ്റിലാടും മണിയിൽ ശബ്ദമായ്
ഭയമടുത്തടുത്തിതാ വരികയായ്.
സുദീർഘമാം പകലിതിന്റെ രോഷങ്ങൾ
മണലിൽ, പാറയിൽ, കിതച്ചുനിൽക്കുന്നു
ശ്വസിക്കുമീ രാത്രി; അതു മറന്നുനീ-
യുറങ്ങുകോമനേ, ഉറങ്ങുകെൻ നാടേ!

പരിഭാഷ: സച്ചിദാനന്ദൻ

ജോൺ മ്ബിറ്റി

1931ൽ കെനിയയിൽ ജനിച്ചു. ആഫ്രിക്കൻ പുരോഹിതനും കവിയും.

ന്യൂയോർക്കിലെ അംബരചുംബികൾ

അസ്പഷ്ടമായ മെഴുകുമാംസപേശികൾക്കിടയിലൂടെ
മഞ്ഞച്ച സൂര്യന്റെ ചിതറിത്തളർന്ന രശ്മികൾ
അവയിൽ നിന്നെത്തിനോക്കി.
ചുളിഞ്ഞ രശ്മികൾ പകലിനു കലാശം കുറിച്ചപ്പോൾ
ന്യൂയോർക്കിലെ പുകക്കുഴലുകൾ
കുനിഞ്ഞുനിൽക്കുന്ന ഗോപുരങ്ങളിലേക്കു
നോക്കി ചുമച്ചു.
ഇരുണ്ട പുകയുടെ വ്യസനക്കണ്ണുനീർ ഛർദിച്ചു.

പരിഭാഷ: സച്ചിദാനന്ദൻ

മൊസാംബിക്

വാലെന്റേ മലൻഗതാനാ (1936 – 2011)

മൊസാംബിക്കൻ കവിയും ചിത്രകാരനും

പെണ്ണ്

പുഴയുടെ കുളിർനീരിൽ
നമുക്കു വൻ മത്സ്യങ്ങളുണ്ടാകും
ഒരുപക്ഷേ അവ ലോകാവസാനത്തിന്റെ സൂചനയാവും
എന്തെന്നാൽ അവ പെണ്ണിന്റെ അന്ത്യംകുറിക്കും,
വയലുകളുടെ അലങ്കാരമായ പെണ്ണിന്റെ,
ആണിന്റെ കനിയായ പെണ്ണിന്റെ, അന്ത്യം.

പറക്കുന്ന മത്സ്യം തിരച്ചിൽ നിർത്തുന്നു
എന്തെന്നാൽ പെണ്ണാണ് ആണിന്റെ പൊന്ന്
അവളുടെ പാട്ട് ഫാഡോപാട്ടുകാരന്റെ
മുറുക്കിവെച്ച ഗിഥാർ പോലെയാകുന്നു
അവൾ ചാവുമ്പോൾ ഞാനവളുടെ മുടി മുറിച്ചെടുക്കും,
എന്നെ പാപത്തിൽ നിന്നു മോചിപ്പിക്കുവാൻ.

എന്റെ ശവമഞ്ചം മൂടുന്ന വിരി
പെണ്ണിന്റെ മുടിയായിരിക്കും,
മറ്റൊരു ചിത്രകാരൻ എന്നെ വരയ്ക്കാൻ
സ്വർഗത്തിലേക്കെന്നെ വിളിക്കുമ്പോൾ
പെണ്ണിന്റെ മുലകളായിരിക്കും എന്റെ തലയണ,

പെണ്ണിന്റെ കണ്ണുകൾ എനിക്കു
സ്വർഗകവാടം തുറന്നുതരും,
പെണ്ണിന്റെ വയറ്റിലാവും ഞാനവിടെ ജന്മം കൊള്ളുക.

ഞാൻ സ്വർഗത്തിലേക്കുയരുമ്പോൾ
പെണ്ണിന്റെ നോട്ടം എന്റെ യാത്രയ്ക്കു കാവൽനിൽക്കും.

പരിഭാഷ: സച്ചിദാനന്ദൻ

ഒകോട് പിബിറ്റെക് 1931 – 82

ഉഗാണ്ടൻ കവി

ലാവിനോവിന്റെ പാട്ട്

തലപോയൊരെന്റെ പുരുഷനെയോർത്തു
കരയുന്നു ഞാനെന്റെ കൂട്ടരേ കേൾപ്പിൻ!
തല നഷ്ടപ്പെട്ടുപോയ് 'ഒക്കോളി', നെന്റെ
പുരുഷന്ന്, ഗ്രന്ഥങ്ങൾ തൻ പെരുങ്കാട്ടിൽ,
മണവാളനായിരുന്നപ്പോളവന്റെ
മിഴികളിലുണ്ടായിരുന്നു തെളിച്ചം,
ചെവികളടഞ്ഞിരുന്നില്ല, എ്'ന്നൊക്കോൾ'
കഴുതയല്ലന്നവൻ, ആണായിരുന്നു!
അവനൊരു പെണ്ണായിട്ടില്ലായിരുന്നു!
അവനൊരു തന്റേടിയാണായിരുന്നു!
അവനെ ഭരിച്ചന്നു സ്വന്തം ഹൃദയം
അന്നു കറുമ്പനാണെന്റെ പുരുഷൻ,
ഒക്കോളിലെ അജീക്കെന്ന പെണ്ണിന്നു
കുറ്റനിലുണ്ടായ് വളർന്ന പുരുഷൻ,
ആണായിരുന്നവൻ, നല്ലോ'രെക്കോളി.'

എന്റെ പുരുഷന്റെ മേശപ്പുറത്തു
വന്നു പിണഞ്ഞു കടലാസുകൂട്ടം
കാട്ടിലെപ്പെരുവള്ളിക്കൂട്ടങ്ങൾപോലെ
മറ്റു വൃക്ഷങ്ങളെത്തിക്കി ഞെരിച്ചു

കൊല്ലുന്ന 'കിത്തുമ്പാ'വൃക്ഷത്തെപ്പോലെ.
ചില പുസ്തകങ്ങളെണീറ്റു നിൽക്കുന്നു
ചിലതൊക്കെക്കെട്ടുപിണഞ്ഞിരിക്കുന്നു.
'റൊക്കു' നൃത്തത്തിൽ ചെറുവാല്യക്കാർ തൻ
കാലുകൾ കൂട്ടിപ്പിണയുന്നപോലെ,
'ഗോഗ്ഗോ'വിൻ വേലിയിൽ കുറ്റിയും മുള്ളു-
മെന്നതുപോലെ, ആൾ കേറാത്ത കാട്ടിൽ
കാഞ്ഞിരവള്ളികളെന്നതുപോലെ,
തമ്മിൽ പുണർന്നു പിണഞ്ഞിരിക്കുന്നു.
എന്റെ പുരുഷന്റെ വീടു നനഞ്ഞ
പൊന്ത, ഇരുണ്ടൊരു പുസ്തകക്കാട്.
ചുട്ടു കനത്തു വിഷം മുറ്റുമാവി
ചുറ്റും തറകളിൽ നിന്നുമുയർന്നു
ചേർന്നലിയുന്നു ഇലകളിൽ, നീളെ
തങ്ങി നിൽക്കുന്ന മഴയിലും, എല്ലാം
കാർന്നൊടുക്കും കൊടുമഞ്ഞിലുമയ്യോ!

കൂട്ടരേ, ഒന്നായ്ക്കരയാം നമുക്കെൻ
ഭർത്താവിവന്റെ മരണത്തി, ലൊന്നായ്
പൊട്ടിക്കരയാം, വരിൻ, വരിൻ, പോയ് തീ-
പ്പെട്ടൊരു രാജകുമാരൻ; പെരുന്തീ
കെട്ടതിന്നോർമയായ് മാറിയ ചാരം.
ഹാ, പടിവാതിലടയ്ക്കുവിൻ മുള്ളാൽ,
ആകെ മരിച്ചുപോയെൻ തറവാട്.
പീഠമവകാശമാക്കുവാനുള്ളോൻ,
രാജകുമാരൻ മരിച്ചു; യുവാക്ക-
ളാകെക്കൊടുങ്കാട്ടിൽ പോയിത്തുലഞ്ഞു!
പണ്ടമവാസിയിൽ കാട്ടുതീപോലെ-
യെൻ തറവാടിന്റെ കീർത്തി തിളങ്ങീ,
ഇപ്പോൾ മരിക്കുമൊരു കിഴവന്റെ-
യൂർധ്വൻ വലിപോലെയായതു മാറീ.

ഇല്ലൊരു വീരനാം സന്തതിപോലും,
എൻ ഗ്രാമമാകെയടിമകൾ, യുദ്ധ-
ത്തിന്റെ തടവുകാർ, തിങ്ങിനിറഞ്ഞു!
ജീവനോടെങ്ങാനുമുണ്ടാമൊരുത്തൻ
പേടിച്ചുപൊന്തയിൽ കാത്തിരുപ്പുണ്ടാം,
സൂര്യൻ മറയുവാൻ കാത്തിരുപ്പുണ്ടാം!

വേണ്ട നേരത്തവൻ വന്നെത്തുമോ, ഹാ,
വീണ്ടും വിലാപം തുടങ്ങിടും മുമ്പേ?
ഈറയെന്നുള്ളിലിരുന്നു നീറുന്നു
വായിലോക്കാനം നിറഞ്ഞു നിൽക്കുന്നു.
നമ്മുടെ കുട്ടികളൊക്കെയും കാട്ടിൽ
ചെന്നു നശിച്ചുപോയ്, ക്ലാസുമുറികൾ
ഷണ്ഡരായ് മാറ്റിയവരെ, അമർത്തീ
വൻ പുസ്തകങ്ങളരികളുടച്ചു!

പരിഭാഷ: സച്ചിദാനന്ദൻ

അഗൊസ്റ്റിന്നോ നെറ്റോ (1922 – 1979)

അംഗോളയുടെ പ്രഥമ പ്രസിഡന്റും കവിയും

ആഫ്രിക്കൻ കവിത

ചക്രവാളത്തിൽ തീ,
കയ്യുയർത്തി നിൽക്കുന്ന 'ഇംബെൻ ഡൈറോ' മരങ്ങളുടെ
ഇരുണ്ട ആകാരങ്ങൾ,
വായുവിൽ, കരിയുന്ന പനകളുടെ ഹരിതഗന്ധം

തെരുവിൽ, ചോളപ്പൊടിച്ചാക്കുകൾക്കു കീഴിൽ
ഞരങ്ങുന്ന 'ബൈലുന്ദോ'വിലെ കുശവന്മാർ
മുറിയിൽ, അരിപ്പൊടിയും കുങ്കുമവും കൊണ്ടു
മുഖം മിനുക്കുന്ന മധുരക്കണ്ണുള്ള കറുമ്പി.
ഉടയാടകൾക്കിടയിൽ അരക്കെട്ടു ചലിപ്പിക്കുന്ന പെണ്ണ്,
മെത്തയിൽ, മേശയരികിലിരുന്ന് ആഹാരം കഴിക്കാൻ
കത്തിയും മുള്ളും വാങ്ങുന്നതാലോചിച്ച്
ഉറങ്ങാതെ കിടക്കുന്ന പുരുഷൻ.

ആകാശത്ത് തീയിന്റെ നിഴൽ
കയ്യുയർത്തി നിൽക്കുന്ന
കറുത്ത ചെണ്ടകൊട്ടുകാരുടെ ആകാരങ്ങൾ
വായുവിൽ 'മരിംബാ'പ്പാട്ടുകളുടെ
ഊഷ്മളരാഗം.

തെരുവിൽ കുശവന്മാർ
മുറിയിൽ കറുമ്പി
മെത്തയിൽ ഉറക്കം വരാത്ത പുരുഷൻ
ചക്രവാളങ്ങളുടെ ഊഷ്മളരാജ്യം
തീ വിഴുങ്ങി വിഴുങ്ങി എരിയുന്ന കനൽ

അഗൊസ്റ്റിന്നോ നെറ്റോ

വിട

എന്റെ അമ്മേ,
-ഹാ' കുട്ടികൾ പിരിഞ്ഞുപോയ കറുത്ത അമ്മമാരേ-
നീയെന്നെ കാത്തിരിക്കാനും ആശിക്കാനും പഠിപ്പിച്ചു,
വിപത്തിന്റെ മുഹൂർത്തങ്ങളിൽ നീ ചെയ്യാറുള്ളപോലെ,
പക്ഷേ എന്നിൽ ജീവിതം
ആ നിഗൂഢമായ പ്രതീക്ഷ തകർത്തുകളഞ്ഞിരിക്കുന്നു.
ഞാനിനിയും കാത്തിരിക്കുകയില്ല
ഞാനാണ് കാത്തിരിക്കപ്പെടുന്നവൻ.
ഞങ്ങൾ, ജീവിതത്തെ തീറ്റിപ്പോറ്റുന്ന ഒരു
വിശ്വാസത്തിലേക്കു സഞ്ചരിക്കുന്ന നിന്റെ മക്കൾ,
ഞങ്ങൾ തന്നെയാണ് പ്രതീക്ഷ.
ഞങ്ങൾ, ഒന്നുമുടുക്കാത്ത കാടൻ ഗോത്രസന്തതികൾ,
ഉച്ച മൈതാനങ്ങളിൽ
പഴന്തുണിപ്പന്തുകളിക്കുന്ന തെണ്ടിപ്പിള്ളേർ.
കാപ്പിപ്പാടങ്ങളിൽ ജീവിതമെരിച്ചുകളയാൻ
വാടകയ്ക്കെടുക്കപ്പെട്ട ഞങ്ങൾ,
അറിവില്ലാത്ത കാപ്പിരികൾ,
വെളുത്തവരെ ബഹുമാനിക്കേണ്ടവർ,
പണക്കാരെ പേടിക്കേണ്ടവർ
ഞങ്ങൾ,
വൈദ്യുതിയെത്താത്ത
നാട്ടിൻപുറങ്ങളിൽ പിറന്നുവീണവർ,

കുടിച്ചു കുടിച്ചു ചത്തുപോകുന്നവർ,
മരണത്തിന്റെ പെരുമ്പറത്താളത്തിനൊത്ത്
ഒന്നൊന്നായി എറിഞ്ഞുകൊടുക്കപ്പെട്ടവർ.
നിന്റെ മക്കൾ,
വിശക്കുന്നവർ,
ദാഹിക്കുന്നവർ,
നിന്നെ അമ്മയെന്നു വിളിക്കാൻ ലജ്ജിക്കുന്നവർ
തെരുവു മുറിച്ചു കടക്കാൻ ഭയപ്പെടുന്നവർ
മനുഷ്യരെ പേടിക്കുന്നവർ

ഞങ്ങൾ തന്നെയാണ്
വീണ്ടുകിട്ടിയ ജീവിതത്തിന്റെ പ്രതീക്ഷ.

പരിഭാഷ: സച്ചിദാനന്ദൻ

അൽഡോ ഡോ എസ്പിരിറ്റോ സാൻതോ

സൗ തോമേ

ഈ കിറുക്കൻകാറ്റ്
തട്ടിപ്പറിച്ചവരെവിടെ?

ഭൂമിയിലിറ്റു വീഴുന്ന രക്തം,
വനങ്ങളിൽ മരിച്ചുവീഴുന്ന മനുഷ്യർ,
ചോര, ചോര, ചോര...
കടലിലെറിയപ്പെട്ടവരുടെമേൽ വീഴുന്ന ചോര,
ചോരയിൽ കുതിർന്നു ചുവന്ന
ഇൽഹാ വെർദേയുടെ കഥയിൽ,
തുറമുഖത്തെ പോർക്കളത്തിൽ വീണടിഞ്ഞവരുടെ കഥയിൽ
അനശ്വരത നേടിയ ഫെർണൗ ഡയസ്,

ഹൊ, തുറമുഖം, രക്തം, മനുഷ്യർ, ചങ്ങലകൾ,
ചാട്ടവാറടികൾ, എല്ലാം മുഴങ്ങുന്നു മുഴങ്ങുന്നു മുഴങ്ങുന്നു
താഴെ വീണുകിടക്കുന്ന ജീവിതങ്ങളുടെയും
നിലവിളികളുടെയും മൗനത്തിൽ വന്നു വീഴുന്നു
പേരില്ലാത്ത കശാപ്പുകാരുടെ കൈകളിൽ
മനുഷ്യരല്ലാതാക്കപ്പെട്ട മനുഷ്യരുടെ
വേദനയുടെ ഓരികൾ
തുറമുഖത്തെ കഥയിൽ, മൗനത്തിൽ
വെടിവെക്കുന്ന മനുഷ്യർ, മരിച്ചുവീഴുന്ന ഉടലുകൾ
ഹാ, കാപ്പിരീ, കാപ്പിരീ.
ഇരകൾ പ്രതികാരത്തിന്നായി അലറുന്നു
കടൽ, ഫെർണൗ ഡയസിന്റെ കടൽ,

മനുഷ്യപ്രാണൻ വിഴുങ്ങി ചോര ചുകപ്പായിരിക്കുന്നു
ഞങ്ങൾ ഉയർത്തെണീറ്റിരിക്കുന്നു
ഞങ്ങളുടെ കണ്ണുകൾ നിങ്ങളുടെ നേരെ
തിരിഞ്ഞിരിക്കുന്നു
ഞങ്ങൾ, മരണത്തിന്റെ വയലുകളിൽ
കുഴിച്ചു മൂടപ്പെട്ടവർ
ഫെബ്രുവരി അഞ്ചിന്റെ മനുഷ്യർ

അലിവിന്നു യാചിച്ച് പ്രാണന്നായി നിലവിളിച്ച്,
മരണത്തിന്റെ ചൂളയിൽ വിണ്ടടിഞ്ഞവർ,
വെള്ളവും ശ്വാസവും മുട്ടി മരിച്ചവർ,
എല്ലാവരും ശ്മശാനത്തിൽ നിന്നുയിർത്തെണീറ്റിരിക്കുന്നു
അവർ നിവർന്നുനിന്ന് നീതിയുടെ സംഘഗാനം പാടുന്നു
അവർ പ്രതികാരത്തിന്നായി അട്ടഹസിക്കുന്നു...

വനത്തിൽ വീണവരുടെ ശരീരങ്ങൾ,
ശവന്തീനിത്തീയ്യിന്റെ കടലിൽ മുങ്ങിപ്പോയ
മനുഷ്യരുടെ പാർപ്പിടങ്ങൾ
ചാമ്പലാക്കപ്പെട്ട ജീവിതങ്ങൾ.
അപൂർവമായ നീതിയുടെ സംഘഗാനം പാടുന്നു
പ്രതികാരത്തിനായി അട്ടഹസിക്കുന്നു:

ആരാച്ചാരന്മാരേ
പ്രതിക്കൂട്ടിൽ നിൽക്കുന്ന മർദകരേ,
നിങ്ങൾ എന്റെ ജനങ്ങളോടെന്താണു കാട്ടിയത്?
നിങ്ങളുടെ മറുപടിയെന്താണ്?
എന്റെ ജനങ്ങളെവിടെ?...

നീതിക്കായി ഉയർത്തപ്പെട്ട ശബ്ദങ്ങളുടെ മൗനത്തിൽ
ഞാനിതാ മറുപടി പറയുന്നു,
ഓരോരുത്തരോട്, നിരന്നുനിൽക്കുന്ന എല്ലാവരോടും.
പീഡകരേ, നിങ്ങൾക്കു മാപ്പിന്നു പേരില്ല.
നീതിയുടെ ശബ്ദം കേൾക്കപ്പെടണം
മരണത്തിന്റെ കാടുകളിൽ വീണുപോയ
ജീവിതങ്ങളുടെ രക്തം, ഭീതികളുടെ മൗനത്തിൽ
മണ്ണു നനയ്ക്കുന്ന നിഷ്കളങ്കരുടെ രക്തം,
നീതിക്കായി അലമുറയിട്ട് ഈ ഭൂമിയെ
ഫലഭൂയിഷ്ഠമാക്കും.

ഇത് മനുഷ്യത്വത്തിന്റെ ജ്വാലയാണ്,
വിലക്കുകളില്ലാത്ത ഒരു ലോകത്തിൽ,
സ്വാതന്ത്ര്യം മനുഷ്യരുടെ മാതൃഭൂമിയാകുന്ന
ഒരു ലോകത്തിൽ,
പ്രതീക്ഷയെക്കുറിച്ചു പാടുന്ന മനുഷ്യത്വത്തിന്റെ ജ്വാല.

പരിഭാഷ: സച്ചിദാനന്ദൻ

അമേരിക്കൻ ഐക്യനാടുകളിലെ നാടോടിക്കവിതകൾ

അമേരിക്കൻ നീഗ്രോകീർത്തനങ്ങൾ

അജ്ഞാത കർത്താക്കൾ

യേശുവിലേക്കു ചെല്ലുവിൻ!

യേശുവിലേക്കു ചെല്ലുവിൻ
ആപത്തു സൂക്ഷിച്ചു പോകുവിൻ
ഏറെനാളിവിടത്തിൽ
വാസമെനിക്കില്ലാ.

നമ്മുടെ തോഴനായ് തീരുമവൻ
നമ്മെയൊടുവിൽ തുണയ്ക്കുവാൻ.
യേശുവിലേക്കു ചെല്ലുവിൻ,
ആപത്തു സൂക്ഷിച്ചു പോകുവിൻ!

അവർ പറയുന്നതു കേട്ടു ഞാൻ
നരികൾ വഴിനീളെയുണ്ടെന്ന്.
യേശുവിലേക്കു ചെല്ലുവിൻ,
ആപത്തു സൂക്ഷിച്ചു പോകുവിൻ!

അഗ്നിപരീക്ഷകൾ

കുറുനരിക്കു മാളമുണ്ട്
പറവകൾക്കാകാശമുണ്ട്
യേശുവിന്റെയാളുകൾക്കു
പതിയിരിക്കാൻ മടകളുണ്ട്.
ഞങ്ങൾ പതിതർ, പാപികൾക്കിങ്ങിടമില്ലല്ലോ!
എന്തൊരഗ്നിപരീക്ഷയാണിത്,
എന്തു ദുരിതം, ഞാനിനിമേൽ
എന്റെ ദൈവത്തോടൊരുമിച്ചേ കഴിയുന്നു!

ഒരു യോഗമിവിടത്തിൽ

ഒരു യോഗമിവിടത്തിൽ രാത്രിയിൽ,
ഉടനെയൊരുങ്ങിയിരിക്കുവിൻ!
വരികയെൻകൂടെ, ഇവിടത്തിൽ
ഒരു യോഗമുണ്ടിന്നു രാത്രിയിൽ.
നിന്റെ നടത്തയിൽ നിന്നു ഞാൻ
കണ്ടറിയുന്നു നീയാരെന്ന്.
താഴത്തെക്കാട്ടിലാണിന്നത്തെ
യോഗം, തിരുസഭക്കാർക്കുണ്ടേ
ഒരു യോഗമിവിടത്തിൽ രാത്രിയിൽ.

ആയിരങ്ങൾ പോയീ

ഇനിയെന്നെ ലേലം ചെയ്യുവാൻ
കഴിയില്ല, കഴിയില്ല, കഴിയില്ലാ
ഇനിയെന്നെ ലേലം ചെയ്യുവാൻ.
പതിനായിരം പേർ പൊയ്ക്കഴിഞ്ഞു

ഇനി നെന്മണികൾ പെറുക്കുവാൻ
കഴിയില്ല, കഴിയില്ല, കഴിയില്ലാ
ഇനി നെന്മണികൾ പെറുക്കുവാൻ.
പതിനായിരം പേർ പൊയ്ക്കഴിഞ്ഞു.

യജമാനന്മാരുടെ ചാട്ടവാ-
റടികൊള്ളാനിനിയില്ല, വേണ്ടിനി
യജമാനന്മാരുടെ ചാട്ടവാർ,
പതിനായിരം പേർ പൊയ്ക്കഴിഞ്ഞു.

ഇനി ഉരിയുപ്പിനു വേലയ്ക്ക്
കഴിയില്ല, കഴിയില്ല, ഞാനില്ലാ
ഇനി ഉരിയുപ്പിനു വേലയ്ക്ക്
പതിനായിരം പേർ പൊയ്ക്കഴിഞ്ഞു.

നൂറടി കൊള്ളുവാനാവില്ലാ
കഴിയില്ല, കഴിയില്ലെനിക്കിനി
നൂറടി കൊള്ളുവാനാവില്ലാ
പതിനായിരം പേർ പൊയ്ക്കഴിഞ്ഞു.

താഴെ ഇടമില്ല

ഇടമില്ല താഴെയൊളിച്ചിരിക്കാൻ
ഇടമില്ല താഴെയൊളിച്ചിരിക്കാൻ
മുഖമൊന്നൊളിപ്പിക്കാൻ നോക്കി ഞാനാ
വലിയ പാറക്കെട്ടിൻ ചാരെയെത്തി.
പാറ വിളിച്ചു പറഞ്ഞു: "ഇല്ലാ
സ്ഥാനമൊളിക്കുവാൻ, ഇല്ലിടം"
പാറ കരഞ്ഞു "ഞാൻ ചുട്ടുപൊള്ളി
നീറുന്നു നിങ്ങളെപ്പോലെതന്നെ."
പാറ പറഞ്ഞു: "ഞാൻ നിങ്ങളെപ്പോൽ
നീറുന്നു സ്വർഗത്തിലെത്തുവാൻ"
ഇടമില്ല താഴെയൊളിച്ചിരിക്കാൻ
ഇടമില്ല താഴെയൊളിച്ചിരിക്കാൻ.

തിരി നീട്ടിവെക്കിൻ!

തിരി നീട്ടിവെക്കിൻ, വിളക്കു കത്തട്ടേ
തിരി നീട്ടിവെക്കിൻ, വിളക്കു കത്തട്ടേ
തിരി നീട്ടിവെക്കിൻ, വിളക്കു കത്തട്ടേ
പണിയിതു തീരാറായല്ലോ.

തളരാതെ നിൽക്കുവിൻ സോദരന്മാരേ,
തളരാതെ നിൽക്കുവിൻ സോദരന്മാരേ,
തളരാതെ നിൽക്കുവിൻ സോദരന്മാരേ,
പണിയിതു തീരാറായല്ലോ.

അമേരിക്കൻ നീഗ്രോകീർത്തനങ്ങൾ

കുട്ടികളേ, സ്വതന്ത്രരാം നമ്മൾ

കുട്ടികളെ, സ്വതന്ത്രരാം നമ്മൾ
കുട്ടികളെ, സ്വതന്ത്രരാം നമ്മൾ
കുട്ടികളെ, സ്വതന്ത്രരാം നമ്മൾ
ക്രിസ്തുവെത്തുന്ന നേരമാകുമ്പോൾ.

പേടിയുള്ളവർ നമ്മുടെ കൂടെ-
പ്പോരിക വേണ്ട, സ്വന്തം നിറത്തിൽ
നാണിക്കുന്നവർ പോരിക വേണ്ടാ.

നെഞ്ചൂക്കുള്ളോരെ, ചാവുവാൻ പേടി-
യില്ലാത്തോരെ വിളിക്കുന്നു ഞങ്ങൾ.
കുട്ടികളെ, സ്വതന്ത്രരാം നമ്മൾ
ക്രിസ്തുവെത്തുന്ന നേരമാകുമ്പോൾ.

ആഹാ, സ്വാതന്ത്ര്യം

ആഹാ, സ്വാതന്ത്ര്യം, ആഹാ, സ്വാതന്ത്ര്യം
ആഹാ, സ്വാതന്ത്ര്യമെൻ മുകളിൽ.

അടിമയാവുന്നതിൻ മുമ്പേയെന്നെ-
ക്കുഴിയൊന്നുവെട്ടി മൂടുക.

അതുവഴിയെത്തും ഞാൻ ദൈവത്തി-
ന്നരികിലതിൽ നേടും സ്വാതന്ത്ര്യം.

അമേരിക്കൻ ഐക്യനാടുകളിലെ കവിതകൾ

പോൾ ലോറൻസ് ഡൺബാർ (1872 – 1906)

പ്രശസ്ത ആഫ്രോ – അമേരിക്കൻ കവി. 'Ode to Ethiopia' എന്ന അദ്ദേഹത്തിന്റെ ഗ്രന്ഥത്തിന് ദേശീയ പുരസ്കാരം ലഭിച്ചു.

ഞങ്ങൾ പൊയ്മുഖം ധരിക്കുന്നു

ചിരിക്കുന്നു, നുണപറയും പൊയ്മുഖം
ധരിക്കുന്നു ഞങ്ങൾ, അതു കവിൾത്തടം
മറയ്ക്കുന്നു, കണ്ണും നിഴലാൽ മൂടുന്നു
മനുഷ്യകൗശലത്തിനു ഞങ്ങൾ കപ്പം
കൊടുക്കുന്നീവിധം; ചിരിക്കുന്നു രക്ത-
മൊലിക്കുമുൾക്കാമ്പും അതിസൂക്ഷ്മങ്ങളാം
സഹസ്രസംഭാവങ്ങൾ നിറഞ്ഞ വായുമായ്.

ഉലകമെണ്ണുവാൻ തുനിയേണ്ടെങ്ങടെ
മിഴിനീർത്തുള്ളിയും നെടുവീർപ്പും; വേണ്ടാ;
അവരീപ്പൊയ്മുഖം ധരിക്കും ഞങ്ങളെ
വെറുതെ കാണട്ടെ; അതു മതി, മതി.

ചിരിക്കുന്നു ഞങ്ങൾ, ശരിതന്നെ, പക്ഷേ
മുറിയുമാത്മാവിൻ നിലവിളി നിത്യം
തിരക്കിച്ചെല്ലുന്നു മനുഷ്യപുത്രനെ.
ശരി, പാടുന്നുവെന്നത്; പക്ഷേ, കാലി-
ന്നടിയിൽ മണ്ണാകെ നിറഞ്ഞു ദുഷ്ടത.
അതിദീർഘം പഥം; അതുപോട്ടെ, ലോകം
മറിച്ചു സ്വപ്നം കണ്ടിരിക്കട്ടെ. ഞങ്ങൾ
ചിരിക്കും പൊയ്മുഖം ധരിച്ചിരിക്കുന്നു.

പരിഭാഷ: സച്ചിദാനന്ദൻ

കൗൺടീ ക്യുല്ലെൻ (1903 – 1946)

പ്രശസ്ത അമേരിക്കൻ കവി. Countie Cullen: Collected Poems, 'The Last Zoo തുടങ്ങിയവ പ്രധാന കൃതികൾ.

പോൾ ലോറെൻസ് ഡൺബാറിന്

പീഡിതരിൽനിന്ന് പിറന്ന അവന്
ആനന്ദം ശിരസ്സിലൊരു കിരീടമായിരുന്നു.
അവന്റെ കോടിപ്പോയ ചുണ്ടുകളെ
അഭിമാനിയുടെ ചിരി പിളർത്തിനിർത്തി,
ചോരയിറ്റുന്ന ഒരു ഹൃദയം മറച്ചുവെക്കുവാൻ.

സംഭവം

ഒരുനാൾ പ്രാചീനമാം ബാൾടിമോറിലൂടെ ഞാൻ
നടന്നൂ ഹൃദയത്തിൽ, പ്രജ്ഞയി,ലുന്മത്തനായ്.
ഒരുവൻ തറപ്പിച്ചുനോക്കയാണെന്നെ: അന്നു
ചെറുപയ്യൻ ഞാൻ, എട്ടുവയസ്സുകാരൻ, എന്നെ–
ത്തുറിച്ചുനോക്കും ബാൾടിമോറുകാരനുമേറെ
വലുത,ല്ലതുകൊണ്ടു പുഞ്ചിരിച്ചുപോയ് ഞാനും.
അതുകണ്ടവനെന്നെക്കൊഞ്ഞനം കുത്തിപ്പിന്നെ
വിളിച്ചു പരിഹാസത്തോടെ: 'കാപ്പിരിച്ചെക്കൻ!'

മേയ് മുതൽ ഡിസംബറുവരെയും കറങ്ങി ഞാൻ
ബാൾടിമോർ മുഴുവനും, എങ്കിലുമവിടത്തെ
സംഭവങ്ങളിലിന്നുമോർക്കുന്നതിതുമാത്രം.

കൗൺടീ ക്യുല്ലെൻ

അവസ്ഥ

ഒരു ദിവസം, ഞാനിങ്ങനെ വിശ്വസിക്കുന്നു,
എന്റെ മനസ്സിനെക്കാൾ കരുത്തുറ്റ ഒരു പ്രേരണ
ഒരു കത്തി വലിച്ചൂരിയെടുക്കും,
എന്നെ അധഃകൃതനാക്കിനിർത്തുന്ന ഈ ചങ്ങലകൾ
ഒരു കൊച്ചു വെടിയുണ്ടകൊണ്ട് പൊട്ടിച്ചെറിയും.
ദുരിതം എന്റെ കൈകളെ അക്രമികളാക്കുന്നു,
അത് അന്തിമയുദ്ധത്തിനായി കറുത്ത വ്രതമെടുക്കുന്നു.

അലസസംതൃപ്തിയുടെ പകലിനെക്കാൾ അന്തസ്സുള്ളത്
ശവകുടീരത്തിനു മുകളിലെ
നക്ഷത്രഖചിതമായ രാത്രിക്കാണ്.

തമ്പുരാനറിയാം,
ഞാൻ അലിവുകാട്ടുമോ എന്ന്,
ഞാൻ മറ്റുള്ളവരെ ജീവിക്കാനനുവദിക്കുമോ എന്ന്,
ഞാൻ മര്യാദയായി സംസാരിക്കുമോ എന്ന്,
ഞാൻ വായ്പകൾ വാക്കനുസരിച്ചു
തിരിച്ചുകൊടുക്കുമോ എന്ന്,
പൊടിയിൽ നിന്ന് ജന്മംകൊണ്ടതിലഭിമാനിക്കുന്ന
ഈ മനുഷ്യരൂപങ്ങളെ ക്രിസ്തുവിന്റെ പേരിൽ
സ്നേഹിക്കുമോ എന്ന്.

വേദപുസ്തകത്തിൽ പാവങ്ങൾക്കുള്ള
വമ്പൻ വാഗ്ദാനങ്ങൾ എനിക്കറിയാം,
പക്ഷേ അടികൊള്ളാൻ കവിൾകാണിച്ച്
എനിക്കു മടുത്തിരിക്കുന്നു.

കൗൺടീ ക്യുല്ലെൻ

ഒരു മഹതിയോട്

അവളുടെ വിചാരം സ്വർഗത്തിൽപ്പോലും
അവളുടെ വർഗം ഉച്ചയാവുംവരെ
കൂർക്കം വലിക്കുമെന്നാണ്
പാവപ്പെട്ട കറുത്ത കാരൂബ്ബുകൾ ഏഴുമണിക്കെഴുന്നേറ്റ്
സ്വർഗീയമായ അടുക്കളജോലികളെല്ലാം കഴിക്കുമെന്നും.

ജ്ഞാനികൾ

മരിച്ചവരാകുന്നു ജ്ഞാനികൾ:
അവർക്കറിയാം പൂക്കളുടെ വേരുകൾ
എത്രയാഴത്തിൽ ചെല്ലുന്നുണ്ടെന്ന്,
വിത്തുകൾ മുളയെടുക്കാൻ
എത്രകാലം മണ്ണിൽ കുതിർന്നുകിടക്കണമെന്ന്.

മിടിക്കാത്ത നെഞ്ചും ചൂടാവാത്ത തലയുമായി
മഴയും മഞ്ഞും ഏറ്റുവാങ്ങുന്നവർ മരിച്ചവർ മാത്രം.
ആനന്ദത്തിലും വേദനയിലും കുലുങ്ങാത്തവർ അവർ.
മരിച്ചവർ മാത്രമാകുന്നു സംതൃപ്തർ:
അവരുറങ്ങുന്നു, കിനാവുകാണുന്നു,
അവരുടെ വിശ്രമം തടസപ്പെടുത്താൻ
സ്നേഹത്തിന്റെയും വെറുപ്പിന്റെയും
ഭാരം അവർക്കില്ലല്ലോ.

ആളുകൾ അവരെ ചങ്ങാതിമാരാക്കാത്തത് അദ്ഭുതം തന്നെ.
മരിച്ചവരുടെ മുഴുത്ത നിസ്സംഗതയിൽ
സ്വയം മൂടാൻകൊതിക്കുന്ന എന്നെ
ആളുകൾ വിചിത്രജീവിയായി കാണുന്നത്
അദ്ഭുതം തന്നെ.

മേരി ഇവാൻസ് (1875 – 1951)

അമേരിക്കയിലെ ഓസ്കലൂസയിൽ ജനിച്ചു. ചിത്രകാരി, ഫോട്ടോ ഗ്രാഫർ, കവി എന്നീ നിലകളിൽ പ്രശസ്ത.

ദുഃഖമെന്നൊന്നുണ്ടെങ്കിൽ

ദുഃഖമെന്നൊന്നുണ്ടെങ്കിൽ
അത് നിറവേറാത്ത കാര്യങ്ങളോർത്തുള്ളതായിരിക്കട്ടെ.
സ്വപ്നം കാണാത്ത, സാക്ഷാത്കരിക്കാത്ത,
നേടിയെടുക്കാത്ത കാര്യങ്ങളോർത്ത്.
അവയുടെ കൂടെ ഒന്നുകൂടി ചേർക്കുക:
തടഞ്ഞുവെക്കപ്പെട്ട,
അടിച്ചമർത്തപ്പെട്ട, സ്നേഹം.

ജോസെഫ്, എസ് കൊട്ടെർ ജൂനിയർ (1861 – 1919)

കവി, നാടകകൃത്ത്, കഥാകാരൻ. 'A Rhyming', 'Links of Friendship', 'The Play' തുടങ്ങിയവ പ്രധാന കവിതകൾ.

നീയെന്തുപറയും

സഹോദരാ, വരൂ!
നമുക്കു നമ്മുടെ ദൈവത്തിന്റെ അരികിലേക്കുപോകാം.
അവിടത്തെ മുമ്പിൽ നാം നിൽക്കുമ്പോൾ
ഞാൻ പറയും–
"പ്രഭോ ഞാനാരെയും വെറുക്കുന്നില്ല,
ഞാൻ വെറുക്കപ്പെടുകയാണ്.
ഞാനാരെയും ചമ്മട്ടികൊണ്ടടിക്കുന്നില്ല,
ഞാനാണ് അടിക്കപ്പെടുന്നത്.
എനിക്കു നാടുകൾ പിടിക്കാൻ മോഹമില്ല,
എന്റെ നാടുകളാണ് പിടിക്കപ്പെടുന്നത്.
ഞാൻ ഒരു ജനതയെയും പരിഹസിക്കുന്നില്ല,
എന്റെ ജനങ്ങൾ പരിഹസിക്കപ്പെടുകയാണ്."
അപ്പോൾ, സഹോദരാ,
നീ എന്തു പറയും?

പരിഭാഷ: സച്ചിദാനന്ദൻ

അർനാ ബോൺടെംപ്സ് (1902 – 1973)

ഏറെ പ്രശസ്തനായ അമേരിക്കൻ കവി. 'God sends sunday', 'Black Thunder', Sad - faced Boy', They seek a city' തുടങ്ങിയവ പ്രധാന കൃതികൾ.

ഗോൽഗോഥ, ഒരു പർവതം

ഗോൽഗോഥ ഒരു പർവതം, ചോരച്ചുവപ്പായ മേട്,
മുഴുവനോളം അദൃശ്യമായിരിക്കുന്നു.
ഒരു രാത്രിയിൽ അവരിവിടെ രണ്ടു
കള്ളൻമാരെ കുരിശേറ്റി
കൂടെ ഒരു മനുഷ്യനെയും.
അന്ന് ചില സ്ത്രീകൾ ഭയങ്കരമായി ആർത്തുകരഞ്ഞു;
അവരുടെ കണ്ണുനീർ ഇപ്പോഴും ഒഴുകിക്കൊണ്ടിരിക്കുന്നു.
അവർ ഒരു നദി സൃഷ്ടിച്ചു;
ഒരിക്കൽ അതെന്നെയും വന്നുമൂടി.
ഗോൽഗോഥ നിശ്ശൂന്യമാക്കിക്കൊണ്ട്
പിന്നെ ജനങ്ങൾ പൊയ്മറഞ്ഞു.
ഓ, വളരെയധികം പർവതങ്ങൾ ഞാൻ കണ്ടിട്ടുണ്ട്.
ഇളംനീലമലകൾ വൈകുന്നേരത്തെ മൂടൽമഞ്ഞിലുരുകി
ആകാശത്തിന്റെ അതിരുകളിൽ ലയിച്ചുമായുന്നു.

പഴയ "ഷസ്ത"യിൽ ഞാൻ കയറി,
അവിടത്തെ ഗ്രീഷ്മ മഞ്ഞിൽ
എന്റെ കൈകൾ കോച്ചിപ്പോയി
"പൊപ്പോ കാറ്റേ പെറ്റ്ലി"ന്റെ

നിഴലിൽ ഞാൻ വിശ്രമിച്ചു.
അതെന്നോട് ധീരകൃത്യങ്ങളെപ്പറ്റി മന്ത്രിച്ചു.
"പിരരെനീസി"ന്റെ മുകളിലേക്ക് ഞാൻ കണ്ണോടിച്ചു:
ഇളം ചൂടാർന്ന, ഉൻമത്ത രാത്രികളുടെ സുഖം.
ഫ്യൂജിയാമയുടെ പാദത്തിൽ ഞാനുറങ്ങി
കെട്ടുകഥയും മരണവും സ്വപ്നം കണ്ടു
ആകാംക്ഷാഭരിതമായ വെളിമ്പുറങ്ങളിൽ ഉദിച്ചുയരുന്ന
മറ്റു പർവതങ്ങളേയും ഞാൻ കണ്ടിട്ടുണ്ട്,
കന്യകയുടെ തുടുത്ത മാറുകൾപോലെ.
പർവതങ്ങളുടെ നിഗൂഢത ആരറിയുന്നു!
ചിലത് ഭീകരം, ചിലത് ഏകാന്തം.

ഇറ്റലിക്ക് റോമും കാലിഫോർണിയക്ക്
സാന്റ് ഫ്രാൻസിസ്കോയുമുണ്ട്,
മുഴുവൻ പർവതങ്ങളാൽ മൂടപ്പെട്ടവ
ഉറുമ്പിൻകൂനകൾപോലെ, അല്ലെങ്കിൽ
മണൽക്കുന്നുകൾ പോലെ,
ഈ പർവതങ്ങൾ വളർന്നെന്നാണ് ചിലരുടെ വിശ്വാസം.
അതങ്ങനെയായിരിക്കാം.
ഞാനതിശയിക്കുന്നത് ഇവയ്ക്ക് മുഴുവൻ
തുടക്കമിട്ടതെന്തെന്നാണ്.
ബാബിലോൺ, ഒരു പർവതം.
നിൻ-എ-വെയും അതുപോലൊരെണ്ണം.
അവയ്ക്കുമേൽ പുല്ലു വളരുന്നു
രാജമന്ദിരങ്ങളും തൂക്കുദ്യാനങ്ങളും ഇവയ്ക്ക് തുടക്കമിട്ടു.
ഞാനതിശയിക്കുന്നത് മെക്സിക്കോവിലേയും
ജപ്പാനിലെയും
കുന്നുകൾക്കടിയിലെന്താണെന്നാണ്.
ആഫ്രിക്കയിൽപ്പോലും പർവതങ്ങളുണ്ട്.
അവയ്ക്കടിയിൽ സമ്പത്തുകൾ ചുട്ടെരിക്കപ്പെടുന്നു.
സ്വർണവും അമൂല്യരത്നങ്ങളും
സ്വരൂപിക്കപ്പെട്ട മഹത്വവും
തഴപ്പാർന്ന പുല്ലുകൾ അവിടെ വളരുന്നു
താണുവീശുന്ന കാറ്റിൽ അവ മുങ്ങിപ്പോകുന്നു.
അവരവരുടെ വിരലുകളാൽ മണ്ണിൽ മാന്തിക്കൊണ്ട്
നഗ്നരായ കറുത്ത മനുഷ്യർ അതേ
പുല്ലിൽക്കുനിഞ്ഞു നിൽക്കുന്നു.
അവരിലൊരുത്തനാണു ഞാൻ.
ആ പർവതങ്ങൾ ഞങ്ങളുടേതാവണം.

ഞങ്ങളുടെ ഈ കൈകൾകൊണ്ട് മഹത്വമുള്ളവയെ
തൊടാൻ കഴിയുന്നത് വലിയ കാര്യംതന്നെയാണ്.
ഒടിഞ്ഞുപോയ നട്ടെല്ലുകളുമായി കുമ്പിട്ടുനിൽക്കുന്ന
ഈ അസന്തുഷ്ടരായ കുന്നുകൾ, സദാ,
പരസ്പരം സംസാരിക്കുന്നു:
"ഒരു ദിവസം ഒരു വർഷംപോലെയുണ്ട്" അവർ കരയുന്നു.
"ഒരായിരം കൊല്ലം ഒരൊറ്റ ദിവസംപോലെ"
സോളമന്റെ കോടതികൾക്കായി
ഞങ്ങളുടെ രാജ്ഞിയെപ്പിളർന്ന
മരുസഞ്ചാരികളായ കച്ചവടസംഘങ്ങളെ
ഞങ്ങൾ ശ്രദ്ധിച്ചു.
ഒന്നാമത്തെ അടിമവ്യാപാരികൾ വന്നപ്പോൾ
ഞങ്ങൾ തലകുനിച്ചു.
ഹേ, സഹോദരൻമാരേ, അതത്ര പണ്ടല്ല!
ധൂളി ഇനിയും കല്ലുകൾ വിഴുങ്ങും.
പക്ഷേ, അവർ പോയിക്കഴിഞ്ഞും
ഞങ്ങളിവിടെ ഉണ്ടാവും.
എനിക്കു ചുറ്റാകെ പർവതങ്ങളുയരുന്നു.
അദൃശ്യമാംവിധം ചെറുതാണ് ചിലത്.
മറ്റുള്ളവ വലുത്.
കാലമാകുമ്പോൾ ഇവ മുഴുവൻ വളർന്നു വലുതാവുന്നു,
ഇവയ്ക്കു തുടക്കമിട്ടതെന്താണെന്ന കാര്യം
ആളുകൾ മറന്നേ പോകുന്നു.
ഓ, ലോകം പർവതങ്ങളാൽ മൂടപ്പെട്ടിരിക്കുന്നു!
ഓരോന്നിന്റെയും കീഴിൽ
ഹോമിക്കപ്പെട്ട എന്തെങ്കിലുമുണ്ട്.
നാശങ്ങളുടെ കൂമ്പാരമാണ് ഇവയുടെ ആരംഭം.
പർവതങ്ങൾ ഏകാന്തം, ചിലത് ഭീകരം,

* * * * *

ഒരു ദിവസം ഞാൻ പൊടിഞ്ഞു നശിക്കും.
എന്റെ കൂന മാലിന്യങ്ങൾകൊണ്ടവർ മൂടും;
അതൊരു പർവതമായി ഉയരും.
എനിക്കു തോന്നുന്നു, അതായിരിക്കും ഗോൽഗോഥ.

അർനാ ബോൺടെംപ്സ്

കണ്ണടയ്ക്കുക!

പടിവാതിലുകളിലൂടെ കണ്ണടച്ചു കടന്നുപോവുക.
കറുത്തമുഖം പടിഞ്ഞാറോട്ടു തിരിച്ചു നിവർന്നുനിൽക്കുക
വിറകും മഴുവും അവിടെകിടക്കട്ടെ,
കുന്നിൻപുറത്തെ വിറകുവെട്ടുകാരനും വേണം
അൽപം വിശ്രമം
ഇലകൾ ഈറനായി കിടക്കുന്നിടത്തേക്കു ചെല്ലുക.
പെറ്റമ്മയുടെ ചൂടുറ്റ കയ്യും മുലയും മറക്കുക.
നീ സ്നേഹിച്ച എല്ലാ മുഖവും മറക്കുക.
കണ്ണടയ്ക്കുക, വീറോടെ നടന്നു മുന്നേറുക.

തുയിലുണർത്തുകാർ

നാം ഖഡ്ഗങ്ങളുമായി ഈ കുന്നിൻപുറത്തെത്തിയത്
യുദ്ധം ചെയ്യാനല്ല.
ഉരുക്കുപോലെ ഉറച്ച ഒരിച്ഛയെ എതിരിട്ട്
ജീവിതം പാഴാക്കുന്നത് എത്ര ബുദ്ധിശൂന്യം.
എങ്കിലും, നമുക്കു മരിക്കാം,
മറ്റു ചിലർ മരിച്ചതുപോലെ,
ഉദിച്ചുയരുന്ന സൂര്യന് ഒരു വഴിവെട്ടിത്തെളിച്ചുകൊണ്ട്.

അർനാ ബോൺടെംപ്സ്

ദൈവവും മനുഷ്യരും

ദൈവമേ,
മഞ്ഞച്ച മനുഷ്യന്
മലർകാലത്തെ മന്ദമാരുതൻ നൽകുക.
അവന്റെ ആകാംക്ഷ നിറഞ്ഞ ഇടുങ്ങിയ കണ്ണുകൾക്ക്
വരുംകാലത്തെ ഓരോ നാടും ഓരോ സ്വപ്നവും
കാണുവാൻ ഭാഗ്യം നൽകുക.

നീലക്കണ്ണുകളുള്ള മനുഷ്യർക്ക്
കൂറ്റൻ മാളികകളിലിരുന്നു കറങ്ങാൻ
ആട്ടുകസേരകൾ നൽകുക,
അവർക്ക് കടലുകളിലെല്ലാം ധാരാളം കപ്പലുകളനുവദിക്കുക,
കരയിലെല്ലാം വേണ്ടുവോളം പട്ടാളക്കാരെയും
പൊലീസുകാരെയും നൽകി അവരെ അനുഗ്രഹിക്കുക.

കറുത്ത മനുഷ്യനെച്ചൊല്ലി,
ദൈവമേ, നീ പൊറുതികെടേണ്ട.
ഇവന്റെ ചിരിയുടെ പാരിതോഷികം,
ഇവന്റെ കണ്ണീരിന്റെ കോപ്പ
വീണ്ടും നിറച്ചുകൊണ്ടാൽ മാത്രം മതി.

ചെറിയ മനുഷ്യരെ, ദൈവമേ,
ആത്മാഭിലാഷത്തിന്റെ രുചിയറിയിച്ച്
സങ്കടപ്പെടുത്തേണമേ!

അർനാ ബോൺടെംപ്സ്

ഒരെളിമക്കുറിപ്പ്

ഞങ്ങളുടെ ആഗ്രഹങ്ങളെല്ലാം
പാറപ്പുറത്തുവിതച്ച വിത്താകുമ്പോൾ,
ഞങ്ങൾ നേട്ടത്തിന്റെ വിചാരമേ
ഉപേക്ഷിച്ചു കഴിയുമ്പോൾ,
ഞങ്ങളുടെ ഒടുവിലത്തെ പാട്ടുകളുടെ മുഴക്കവും
നിലയ്ക്കുമ്പോൾ,
ഞങ്ങൾ മടങ്ങിവന്നേക്കാം, ഞങ്ങൾ
വീണ്ടും മടങ്ങിവന്നേക്കാം.

ഞങ്ങൾ സ്നേഹിച്ച അവസാനത്തെ പച്ചപ്പുപോലും
മുള്ളുകൾ ഞെരിച്ചുകൊന്നു കഴിയുമ്പോൾ,
ഞങ്ങൾ പറയേണ്ടതെല്ലാം പറഞ്ഞുകഴിയുമ്പോൾ,
ഒരിക്കൽ ഞങ്ങളെ ഉലച്ചിരുന്ന സ്നേഹം
ഞങ്ങളെ ചലിപ്പിക്കാതാവുമ്പോൾ,
അപ്പോൾ ഞങ്ങളെപ്പോലുള്ള മനുഷ്യരുടെ ദിവസം
വന്നെത്തിയേക്കാം.

കാരണം.
പാവപ്പെട്ട ഉറുമ്പിന്റെയും തേനീച്ചയുടെയും
ഇരണ്ടയുടെയും കടൽക്കാക്കയുടെയും
ഗതി തന്നെയായിരിക്കും
ഞങ്ങളുടെയും ഗതി
ഒന്നോ രണ്ടോ നാഴികനേരത്തേക്ക് ഞങ്ങൾ വിഷണ്ണരായി
വിജയിച്ചെന്നുവരാം,
പക്ഷേ അതും ഉടനൊന്നുമുണ്ടാവില്ല.

അർനാ ബോൺടെംപ്സ്

നീഗ്രോ വിളവെടുപ്പിനെക്കുറിച്ചു സംസാരിക്കുന്നു

ചെറുപ്പകാലത്ത് ഞാൻ എല്ലാ പുഴയോരത്തും വിത്തിറക്കി
കാറ്റിനെയും കിളികളെയും ഭയന്ന്
ഞാൻ ആഴത്തിൽ വിത്തിറക്കി.
മെലിഞ്ഞ ഈ പ്രേതവർഷത്തെഭയന്നു
ഞാൻ കരുതലോടെ വിത്തിറക്കി.
കനഡാ മുതൽ മെക്സിക്കോവരെ നിരത്തി ഞാറുനടാൻ
വേണ്ടത്ര വിത്തു ഞാനിറക്കി.
എന്നിട്ടും എനിക്കു വിളവെടുപ്പിന്നുള്ളത്
ഒരു കൈപ്പിടി മാത്രം.
ഞാൻ വിത്തിറക്കിയതു മുഴുവൻ,
തോട്ടങ്ങളിൽ വിളഞ്ഞുലയുന്നതു മുഴുവൻ,
എന്റെ മരുമക്കൾ മുച്ചൂടും കൊയ്തെടുക്കുന്നു.
എന്റെ മക്കളോ, വിതയ്ക്കാത്ത വയലുകളിൽ
ഉതിർമണി തേടി നടക്കുന്നു.
അവർ കയ്പൻ കാട്ടുകനികൾ തിന്നു നടക്കുന്നു:
അതിലെന്തുണ്ട് അത്ഭുതപ്പെടാൻ?

പരിഭാഷ: കെ ജി ശങ്കരപ്പിള്ള

ഫെന്റൺ ജോൺസൺ (1888 – 1958)

ചിക്കാഗോയിൽ ജനനം. ആഫ്രോ – അമേരിക്കൻ കവി. 'A little Dreaming', 'Visions of the Dark', 'Tales of darkest America' തുടങ്ങിയവ പ്രധാന കൃതികൾ.

മടുപ്പ്

പണിയെടുത്തെടുത്തെനിക്കു മടുത്തുപോയീ.
ആരാന്റെ പരിഷ്കാരം പണിതെനിക്കു മടുത്തുപോയീ,
ഇത്തിരി ചുമ്മാതിരിക്കാം, ലിസ്സിപ്പെണ്ണേ!
"ലാസ്റ്റ് ചാൻസ് ഷോപ്പി"ൽ പോയി
ഒന്നു രണ്ടു വീപ്പപ്പട്ടച്ചാരായമടിക്കും ഞാൻ
രണ്ടു കൈ പകിടയും കളിച്ചിട്ടു ബാക്കി രാത്രി
മൈക്കിളിന്റെ പീപ്പയിന്മേൽ കിടന്നുറങ്ങും.
പഴങ്കുടിലഴുകട്ടെ, വെളുമ്പന്റെയുടുപ്പെല്ലാം
പൊടിയട്ടെ, പാതാളത്തിലാണ്ടുപോകട്ടെ കുരിശുപള്ളി.

പകലൊക്കെ മറന്നാട്ടെയെന്നെക്കെട്ടിയെന്ന കാര്യം,
രാത്രി ഷോപ്പിൻ പിൻവശത്തു പെണ്ണുങ്ങൾക്കു വിളമ്പുന്ന
മൈക്കിളിന്റെ ചൂടുപട്ട വേട്ടയാടിക്കുടിക്കുക.
മക്കളെയെടുത്തോരോന്നായ് പുഴയിലേക്കെറിഞ്ഞാട്ടെ
വേണ്ടതിലുമേറെത്തന്നു മക്കളെയീപ്പരിഷ്കാരം.
വളർന്നു വലുതായൊരു കറുമ്പനാണു താനെന്നു
തിരിച്ചറിവതിൻ മുമ്പേ ചാവുക നല്ലൂ!
പറിച്ചെടുത്താട്ടെ നക്ഷത്രങ്ങളൊക്കെ മാനത്തുന്ന്
അവറ്റയാണല്ലോ തലവിധി കുറിപ്പോർ.
അവറ്റയാണെന്റെ തലവിധിയിതും കുറിച്ചവർ,
പരിഷ്കാരമെനിക്കാകെ മടുത്തുപോയേ.

ഫെന്റൺ ജോൺസൺ

ചുകപ്പു പെണ്ണ്

ഒരു കാലത്ത് ഞാനും നല്ലവളായിരുന്നു,
കന്യാമറിയത്തെപ്പോലെ,
പള്ളീലച്ചന്റെ കെട്ടിയവളെപ്പോലെ.
എന്റെ അപ്പൻ മി. പുൾമാനുവേണ്ടിയും
വെള്ളക്കാരുടെ സൗജന്യങ്ങൾക്കുവേണ്ടിയും പണിയെടുത്തു
പക്ഷേ ഇൻഷുറൻസു കാലാവധി തീർന്ന്
രണ്ടുദിവസം കഴിഞ്ഞപ്പോൾ
അങ്ങേരുടെ കഥ കഴിഞ്ഞു.
എനിക്ക് ഒന്നുമില്ലായിരുന്നു,
പണിക്കു പോകാതെ വശമില്ലാതായി.
മുതലായി ഉണ്ടായതോ,
വെള്ളക്കാരിക്കു കിട്ടുന്ന വിദ്യാഭ്യാസവും
വെളുത്തവരെയും കറുത്തവരെയും
വശീകരിക്കുന്ന ഒരു മോന്തയും മാത്രം.
പട്ടിണി എന്നോടൊപ്പം നൃത്തംവെച്ചു. അതുകൊണ്ട്,
വെള്ളക്കാർക്കുള്ള ഒരു 'വീടു'നടത്തിയിരുന്ന
ലിസിയമ്മായി വന്ന്
എന്റെ പുണ്യം വിറ്റാൽ കിട്ടാൻപോകുന്ന
മഹാഭാഗ്യത്തിന്റെ കഥകൾ പറഞ്ഞപ്പോൾ,
ഞാൻ പാപത്തിന്നു കീഴ്‌വഴങ്ങിപ്പോയി.
ഇപ്പോൾ ഈ ചുറ്റുവട്ടത്തെ
ഏതു മനുഷ്യനെക്കാളും കൂടുതൽ
പട്ടയടിക്കാൻ എനിക്കു കഴിയും.
സ്വർഗത്തിലെ അമൃതൊന്നും
ഈ പട്ടയുടെ അടുത്തു വരില്ല!

പരിഭാഷ: സച്ചിദാനന്ദൻ

ഫെന്റൺ ജോൺസൺ

ഭരണാധിപർ

അസ്വസ്ഥ യുറോപ്പിലെ ഏതു രാജാവും
സൗഖ്യത്തിന്റെ ഒരു ദിവസത്തിനുവേണ്ടി
സ്വന്തം കിരീടം വിൽക്കുമെന്നാണ് പറച്ചിൽ.

സൗഖ്യത്തിന്റെ രത്നം മുറുകെപ്പിടിച്ചിരുന്ന ഒരു
ഏകാധിപതിയെ
ഞാൻ കണ്ടിട്ടുണ്ട്.
ഫിലാഡെൽഫിയയിലെ ലൊംബാർഡ് തെരുവിൽ,
സായംകാലം ഭൂമിയിലേക്കിറുന്നുവീണപ്പോൾ,
അചന്ദ്രമായ ഒരു തൊഴിലാളിയെ ഞാൻ കണ്ടു.
ആകാശത്തേക്കാൾ ഇരുണ്ട
പൊടിച്ചാക്കുകളുടെ സിംഹാസനത്തിന്മേൽ അദ്ദേഹം
ഉപവിഷ്ടനായിരുന്നു.
രണ്ട് ചെറിയ പയ്യന്മാർ ആധുനിക ജാസ്മുറയിൽ
ഗിത്താർ വായിക്കുന്നതൊത്ത്, അദ്ദേഹം രാജകീയമായി
കൈവീശിക്കൊണ്ടിരുന്നു.

ഫിലാഡെൽഫിയയിലെ ലാംബാർഡ് തെരുവ് ഭരിക്കുന്ന
ആ ഏകാധിപതിയുടെ മേൽ ദൈവകൃപ.

അസ്കിയാ മുഹമ്മദ് ടൂറേ

1938ൽ ജനിച്ചു. ബ്ലാക് ആർട്സ് മൂവ്മെന്റിന്റെ പ്രണേതാക്കളിൽ ഒരാൾ. ആഫ്രോ–അമേരിക്കൻ കവി.

വേലിയേറ്റം

(തെക്കേ അമേരിക്കയിലെ കുടികിടപ്പുകാരായ കറുത്ത കർഷകർക്ക്)

"**അ**വർ മുന്നേറുന്നു
വറുതികൾ അടിമുടി ഞെരിച്ചൊടിച്ചിട്ടും
അവർ മുന്നേറുന്നു
പ്രകൃതിയും വെള്ളക്കാരും
അവരെ കശാപ്പു ചെയ്തിട്ടും,
അവയവങ്ങൾ വെട്ടിയെറിഞ്ഞിട്ടും,
അവർ മുന്നേറുന്നു
അവരുടെ പാട്ടു പാടുന്നു."

1

വരൾച്ച,
പുഴ ഒരൊലിപ്പുചാല് മാത്രം.
വരൾച്ച,
കന്നുകാലികളുടെ വരണ്ടനാക്കിൽ ധൂളി.
വരൾച്ച,
പുകയുന്നാളുകൾ
തീവെയിലേറ്റു ചുരുണ്ടുപൊടിയുന്നു
വെന്തുവരണ്ട തെളിഞ്ഞ ആകാശങ്ങൾ

പച്ചപ്പർവതങ്ങൾക്കുമേൽ അവ്യക്ത ധൂമിക.
പൊടിപൂണ്ട ചുഴലിക്കാറ്റ്
നരകത്തീവീശിപ്പോകുന്നു;
വരൾച്ച,
(പ്രഭോ,
കന്നിമഴയ്ക്കുവേണ്ടി ഞങ്ങൾ പ്രാർത്ഥിക്കുന്നു.
പാടങ്ങളിൽ ഈർപ്പത്തിനുവേണ്ടി,
തടിച്ച കന്നുകാലികൾക്കുവേണ്ടി.
പ്രഭോ,
ഞങ്ങളുടെ പ്രാർത്ഥന ചെവിക്കൊള്ളുക.
ഈ മയക്കത്തിൽനിന്നു മോചിപ്പിക്കുക.
ദയാരഹിതമായ ഈ ഊഷ്ണശാപത്തിൽനിന്ന്.
ഈ വരൾച്ചയിൽ നിന്ന്.)

2

ചക്രവാളത്തിൽ കാർമേഘങ്ങൾ,
പച്ചപ്പർവ്വതങ്ങൾക്കുമേൽ കാർമേഘങ്ങൾ
കുന്നുകൾക്കുമേൽ ഇടിമിന്നൽ.
ബാറൂംംംം ബാറൂംംംം
ഇടിമുഴക്കത്തിന്റെ ഉച്ചണ്ഡതരംഗം,
ആകാശം നിറയുന്നു
നിലം കുലുങ്ങുന്നു.
വരവായി:
വീശിപ്പടരുന്ന മിന്നൽ
പൊട്ടിത്തെറിക്കുന്ന ഇടിയൊച്ച
വരവായി:
പ്രക്ഷുബ്ധമായ കാലവർഷം.

വർഷം വരവായി
പച്ചപ്പർവ്വതങ്ങൾക്കഭിഷേകം
പരുത്തിക്കാടുകൾ മുങ്ങിത്താഴുന്നു.
വർഷം വരവായി,
പുകയിലക്കാടുകൾ അഴുകിത്താഴുന്നു.
കന്നുകാലികൾ മുങ്ങിച്ചാവുന്നു.
ഞങ്ങളുടെ പ്രാർത്ഥനകൾ പുച്ഛിച്ചുതള്ളുന്നു.
കൊലയാളി മഴ വരുന്നു:
പുഴ തെമ്മാടിയായ ഭ്രാന്തനാണ്.
പുഴ ഞങ്ങടെ ഹൃദയബന്ധങ്ങൾ പൊട്ടിച്ചെറിയുന്നു.
കൊലയാളി മഴ വരുന്നു;

പുഴ ഞങ്ങടെ കൂര തട്ടിക്കൊണ്ടുപോകുന്നു
മഴ;
തുള്ളി തുള്ളി തുള്ളി ള്ളി ള്ളി മഴ
മുങ്ങിപ്പോയ പാടങ്ങൾ,
മഴ;
ചത്തുപൊങ്ങിയ കന്നുകാലികൾ,
മഴ;
ഇടിവെട്ടിന്റെ ഗർജ്ജനം
പച്ചപ്പർവതങ്ങൾ
ഭ്രാന്തൻ പുഴ
കൂര
കൊലയാളി മഴ
മഴ
കൊലയാളി മഴ
മഴ
കൊലയാളി മഴ

3

നിശബ്ദത.
നരച്ച മൂടൽമഞ്ഞും നെഞ്ചുവേദനയും,
മുങ്ങിപ്പോയ കര
ഇതാ ക്രോധമൂർച്ഛയിൽ പൊട്ടിക്കരയുന്നു.
സ്ത്രീകളും കുട്ടികളും കൂട്ടനിലവിളി.
ശാപം തുപ്പുന്ന പുരുഷന്മാർ.
കന്നുകാലികൾ, പന്നികൾ,
മുങ്ങിച്ചത്ത മനുഷ്യർ,
പ്രതീക്ഷ, പോയ സ്വപ്നങ്ങൾ എല്ലാം
നനഞ്ഞു നാറുന്നു
മരണം നാറുന്നു.

(പ്രഭോ
കോപംപൂണ്ട് നീ ഞങ്ങളെ
ശപിച്ചതെന്താണ്?
എന്റെ മനുഷ്യനെ തിരിച്ചുവിളിച്ചതെന്താണ്?
എന്റെ ഹെൻറിയെ,
എന്റെ പുരുഷനെ?
ഹേ, പ്രഭോ!)
പള്ളിമണികൾ മുഴങ്ങുന്നു.
കരിങ്കിളികളുടെ കൂജനം.
ഞായറാഴ്ചത്തെ വായു.

മുങ്ങിപ്പോയ പാടങ്ങൾക്കുമേൽ സൂര്യപ്രകാശം.
കറുത്ത പുരുഷാരം,
പുഷ്പങ്ങൾ
പ്രിയപ്പെട്ട ഹെൻറിക്കും
മറ്റുള്ളവർക്കും കണ്ണുനീർ

4

തിങ്കളാഴ്ച,
പൂങ്കോഴികൾ കൂകുന്നു
ഉണർന്നെണീറ്റ് ജീവിക്കുക.
മുങ്ങിപ്പോയ കരകൾ, പാടങ്ങൾ,
പിഴുതുവീണ വന്മരങ്ങൾ – എല്ലാം
വെടിപ്പാക്കുക
ചിതറിപ്പോയ വീടുകൾ
ചിതറിപ്പോയ ജീവിതങ്ങൾ
പ്രതീക്ഷകൾ, പുനഃസൃഷ്ടിക്കുക
ചിതറിപ്പോയ സ്വപ്നങ്ങൾ വീണ്ടും നെയ്യുക.
സങ്കടങ്ങൾ അവരെ
അടിമുടി ഞെരിച്ചൊടിച്ചെങ്കിലും
പ്രകൃതിയും വെള്ളക്കാരും
അവരെക്കശാപ്പു ചെയ്തെങ്കിലും
അവയവങ്ങൾ വെട്ടിയെറിഞ്ഞെങ്കിലും
അവർ അവരുടെ ഗാനം പാടുന്നു
അവർ അവരുടെ ഗാനം പാടുന്നു
അവർ അവരുടെ ഗാനം പാടുന്നു
അവർ മുന്നേറുന്നു.

മാർഗരറ്റ് വാക്കർ (1915 – 1998)

ആഫ്രോ-അമേരിക്കൻ കവി. For My People, October Journey, Jubilee എന്നിവ പ്രധാന കൃതികൾ.

ഞങ്ങൾ വിശ്വാസികളായിരുന്നു

ഞങ്ങൾ വിശ്വാസികളായിരുന്നു. പ്രാകൃതമായ ഒരു രാജ്യത്തിലെ കറുത്ത ദൈവങ്ങളിൽ ഞങ്ങൾ വിശ്വസിച്ചിരുന്നു. മന്ത്രവാദിനികളുടെ നിഗൂഢതകളിൽ ഞങ്ങൾ വിശ്വസിച്ചിരുന്നു. കൂടോത്രക്കാരന്റെ ഇന്ദ്രജാലത്തിലും പിശാചിന്റെ ദുശ്ശക്തികളിലും ഞങ്ങൾ വിശ്വസിച്ചിരുന്നു.

ഞങ്ങൾ വിശ്വാസികളായിരുന്നു. നവീനമായ ഒരു രാജ്യത്തിലെ വെളുത്ത ദൈവങ്ങളിൽ ഞങ്ങൾ വിശ്വസിച്ചിരുന്നു. യജമാനന്മാരുടെ കാരുണ്യത്തിലും സഹോദരന്മാരുടെ സൗന്ദര്യത്തിലും ഞങ്ങൾ വിശ്വസിച്ചിരുന്നു. വിനയന്മാരുടെയും വിശ്വസ്തന്മാരുടെയും വിശുദ്ധന്മാരുടെയും ആഭിചാരങ്ങളിൽ ഞങ്ങൾ വിശ്വസിച്ചിരുന്നു.

അടിമവ്യാപാരിയുടെ ചാട്ടവാറിനോ ആരാച്ചാരുടെ കൊലക്കയറിനോ ബയണറ്റിനോ ഞങ്ങളുടെ വിശ്വാസത്തെ നിഗ്രഹിക്കാൻ കഴിഞ്ഞില്ല. കൊടും വിശപ്പിൽ (ദൂരെനിന്ന്) ഞങ്ങൾ സ്വീകരണമേശകൾ കണ്ടു. നഗ്നതയിൽ വെള്ളമേലങ്കികളുടെ പ്രതാപം കണ്ടു, ഒരു പുത്തൻ ജെറുസലേമിൽ ഞങ്ങൾ വിശ്വസിച്ചിരുന്നു.

ഞങ്ങൾ വിശ്വാസികളായിരുന്നു. ഞങ്ങളുടെ കുഞ്ഞുങ്ങളുടെ കുരുതി ആവശ്യപ്പെടുന്ന ഒരു മൊളോക്കിനെപ്പോലെ, അത്യാർത്തിയും വികൃതച്ചിരിയുമുള്ള ദൈവങ്ങളെ ഞങ്ങളുടെ ശക്തിയും ഇച്ഛകളും

പിടയ്ക്കുന്ന മനസ്സാക്ഷിയും നിവേദിച്ചു ഞങ്ങൾ തീറ്റിപ്പോറ്റി. നിശബ്ദരും മഠയരുമായ, ശക്തരും മുരടരുമായ വിശ്വാസികളായിരുന്നു ഞങ്ങൾ.

ഞങ്ങൾ വിശ്വാസികളായിരുന്നു. ലോകത്തിനു വിഭവങ്ങൾ വിളയിക്കുന്നതിൽ ഞങ്ങൾ വിശ്വസിച്ചിരുന്നു. ഞങ്ങളുടെ ഈ കൈകൾ ഇത്രനാളും ഒരു ജനതയ്ക്കാഹാരം നൽകി. ഞങ്ങളുടെ കരുത്തിൽനിന്ന് ഒരു രാജ്യത്തിന്റെ ആവശ്യങ്ങൾ മുഴുവൻ കവർന്നെടുത്തു. ഞങ്ങളുടെ ഗാനം നാട്ടുവെളിച്ചത്തിൽ നിറഞ്ഞു. പ്രതീക്ഷ പ്രഭാതത്തിനു പ്രവചനമായി.

ഞങ്ങളിപ്പോൾ സന്നദ്ധരാണ്, ഒരു തീക്കല്ലിന്റെ സ്പർശത്തിന്, കാച്ചിയെടുത്ത സത്യത്തിന്റെ വിശുദ്ധ നിശ്വാസത്തിന്, അന്ധനു കാണാവുന്ന, ബധിരനു കേൾക്കാവുന്ന, ജനതയുടെ നാവിൽ തീ ആളിക്കുന്ന, സത്യത്തിന്റെ വിശുദ്ധ നിശ്വാസത്തിന്.

ഞങ്ങളെ ഉറക്കത്തിലുപേക്ഷിച്ചുപോയ ദൈവങ്ങളെവിടെ? പുരോഹിതന്മാരും ഉപദേശിമാരും ശക്തികളും തീർച്ചയായും മനസ്സിലാക്കും: ഇപ്പോൾ പ്രാർത്ഥനക്കായി ഞങ്ങളുടെ കരങ്ങൾ ഒഴിഞ്ഞിരിക്കുന്നു; ഹൃദയംനിറഞ്ഞിരിക്കുന്നു. ജനനേതാക്കൾ നിശ്ചയമായും ഞങ്ങൾക്കൊരു സൂചന തരും.

ഞങ്ങൾ വിശ്വാസികളായിരുന്നു. ചുമതലകളിലും അർദ്ധദൈവങ്ങളിലും ഞങ്ങൾ വിശ്വസിച്ചിരുന്നു. ദരിദ്രൻ ഇന്നു കേണപേക്ഷിക്കുന്നതേയില്ല. അടിമവർഗം അപൂർവ്വവീര്യത്തോടെ ഉയിർത്തെഴുന്നേൽക്കുന്നു. പ്രതിബന്ധങ്ങൾക്കെതിരെ രക്തംപുരണ്ട മുഷ്ടികളാണ് ഞങ്ങളുടേത്.

എന്റെ ജനങ്ങൾക്ക്

എന്റെ ജനങ്ങൾക്ക്: എല്ലായിടത്തും വീണ്ടും വീണ്ടും അടിമപ്പാട്ടുകൾ, വിലാപഗീതങ്ങളും പാട്ടുകവിതകളും ഉത്സവഗാനങ്ങളും ബ്ലൂസംഗീതവും, ആലപിക്കുന്നവർക്ക്, അജ്ഞാതനായ ഒരു ദൈവത്തിനോടു പ്രാർഥിക്കുന്നവർക്ക്, അദൃശ്യമായ ഒരു ശക്തിക്ക് മുന്നിൽ മുട്ടുമടക്കുന്നവർക്ക്;

എന്റെ ജനങ്ങൾക്ക്: കറുത്ത് കാലത്തിനു കടംകൊടുത്തവർക്ക്, പോയ കാലത്തിനും വരുംകാലത്തിനും തുണി കഴുകിത്തേച്ചും ഭക്ഷണം പാകം ചെയ്തും നിലം തുടച്ചും കേടുപാടുകൾ തീർത്തും തയ്ച്ചും മണ്ണു കിളച്ചും നിലമുഴുതും കുഴിവെട്ടിയും ചെടിനട്ടും മുറിച്ചും ഒട്ടിച്ചും, ഒരിക്കലും നേടാതെ, ഒരിക്കലും കൊയ്യാതെ, ഒരിക്കലും

അറിയാതെ, ഒരിക്കലും മനസ്സിലാകാതെ, ഏന്തിവലിഞ്ഞു പോകുന്നവർക്ക്;

എന്റെ കളിത്തോഴർക്ക്: ഡോക്ടറും ജയിലും പട്ടാളവും പാഠശാലയും പാചകവും പാട്ടുകച്ചേരിയും മമ്മിയും മിസ് ചുംബിയും കമ്പനിയും കേശാലങ്കാരവുമായി കളിച്ചും ജ്ഞാനസ്നാനം ചെയ്തും സുവിശേഷം പ്രസംഗിച്ചും അലബാമയുടെ പിന്മുറ്റങ്ങളിലെ മണ്ണിലും ചേറിലും പൊടിയിലും കഴിഞ്ഞുകൂടുന്നവർക്ക്;

തകർന്ന, പരിഭ്രാന്തമായ, സ്കൂൾവർഷങ്ങൾക്ക്. ഒരാളെയും അമ്പരപ്പിക്കാതെ, ഒരാൾക്കും മനസ്സിലാകാതെ, ഞങ്ങൾ പാവങ്ങളും എളിയവരും വ്യത്യസ്തരുമാണെന്നു കണ്ടെത്തിയ ചവർപ്പൻ മണിക്കൂറുകളുടെ ഓർമ്മയുമായി കാരണവും മറുപടിയും ഊരും പേരും നാളും തേടി സ്കൂളിൽ കഴിച്ച സംവത്സരങ്ങൾക്ക്;

ഇതെല്ലാം അതിജീവിച്ച് പുരുഷന്മാരും സ്ത്രീകളുമായി വളർന്ന ആൺകുട്ടികൾക്കും പെൺകുട്ടികൾക്കും: ചിരിക്കാൻ, നൃത്തം ചെയ്യാൻ, പാട്ടുപാടാൻ, കളിക്കാൻ, വീഞ്ഞും മതവും വിജയവും കുടിക്കാൻ, കളിക്കൂട്ടുകാരെ കല്യാണം കഴിക്കാൻ, കുഞ്ഞുങ്ങളെപ്പേറാൻ, ഒടുവിൽ രക്തക്കുറവും ക്ഷയവും ചാട്ടവാറടിയുംകൊണ്ട് മരിക്കാൻ വളർന്നു വലുതായവർക്ക്;

ഷിക്കാഗോയിലെ നാല്പത്തേഴാം നമ്പർ തെരുവീഥിയിലും ന്യൂയോർക്കിലെ ലെനോക്സ് അവന്യൂവിലും ന്യൂ ഓർലീൻസിലെ റാംപാർട് തെരുവിലും കൂട്ടംകൂടി നിൽക്കുന്നവർക്ക്: ആർക്കും വേണ്ടാതെ, ഒന്നുമില്ലാതെ, എല്ലാം നഷ്ടപ്പെട്ടുനിൽക്കുന്ന സംതൃപ്തരായ ജനങ്ങൾക്ക്, മദ്യശാലകളും നൃത്തശാലകളും അന്യരുടെ കീശകളും നിറച്ച്, അപ്പമില്ലാതെ, ചെരിപ്പില്ലാതെ, പാലില്ലാതെ, മണ്ണും പണവുമില്ലാതെ, നമ്മുടേതു മാത്രമായ യാതൊന്നുമില്ലാതെ നിൽക്കുന്നവർക്ക്;

എന്റെ ജനങ്ങൾക്ക്: ചുറ്റും ആഹ്ലാദം പരത്തി, കുരുടന്മാരും അലസരുമായി കാലം പോക്കി, വിശക്കുമ്പോൾ ഉറങ്ങിയും ഭാരമേറുമ്പോൾ നിലവിളിച്ചും ആശകെടുമ്പോൾ കുടിച്ചും കഴിയുന്നവർക്ക്, മുകളിൽ സർവജ്ഞരായി ഉയർന്നുനിന്നു ചിരിക്കുന്ന അദൃശ്യജന്തുക്കളുടെ കയറിലും ചങ്ങലയിലും കെട്ടിപ്പൂട്ടപ്പെട്ട് പരസ്പരം കെട്ടുപിണഞ്ഞു കിടക്കുന്ന എന്റെ ജനങ്ങൾക്ക്;

എന്റെ ജനങ്ങൾക്ക്: വഴിതെറ്റിയും തപ്പിത്തടഞ്ഞും പള്ളികളുടെയും സ്കൂളുകളുടെയും ക്ലബ്ബുകളുടെയും സൊസൈറ്റികളുടെയും അസോസിയേഷനുകളുടെയും കമ്മറ്റികളുടെയും കൗൺസിലുകളുടെയും കൺവെൻഷനുകളുടെയും അന്ധകാരത്തിൽ ചെന്നിടിച്ചു തകർന്നവർക്ക്; ദുഃഖിതരും വഞ്ചിതരും അസ്വസ്ഥരുമായ

വർക്ക്, ധനവും കീർത്തിയും കാംക്ഷിക്കുന്ന അട്ടകളാൽ വെട്ടിവിഴുങ്ങപ്പെടുന്നവർക്ക്, കപടപ്രവാചകരും പരിശുദ്ധ വിശ്വാസികളും ഫാഷനുകളും പുതുമകളും ഭരണകൂടത്തിന്റെ ചതുരശക്തികളും ചേർന്ന് കരണ്ടുതീർക്കുന്നവർക്ക്,

എന്റെ ജനങ്ങൾക്ക്: മിഴിച്ചു നിൽക്കുന്നവർക്ക്, കപടനാട്യത്തിലും കുഴപ്പത്തിലും തെറ്റിദ്ധാരണയിലും നിന്ന് കൂടുതൽ നല്ലൊരു വഴി തുറക്കാൻ ശ്രമിക്കുന്നവർക്ക്, എല്ലാ ജനങ്ങളെയും എല്ലാമുഖങ്ങളെയും എല്ലാ ആദാംഹവ്വാമാരെയും അവരുടെ അനവധി തലമുറകളെയും ഉൾക്കൊള്ളാൻ കഴിയുന്ന ഒരു ലോകം രൂപപ്പെടുത്താൻ യത്നിക്കുന്നവർക്ക്;

ഒരു പുതിയ ഭൂമി വിരിഞ്ഞുയരട്ടെ. മറ്റൊരു ലോകം പിറവിയെടുക്കട്ടെ. ആകാശത്ത് രക്തപങ്കിലമായ സമാധാനം കുറിക്കപ്പെടട്ടെ. ചങ്കൂറ്റമുള്ള ഒരു രണ്ടാം തലമുറ ജന്മമെടുക്കട്ടെ. സ്വാതന്ത്ര്യപ്രേമികളായ ഒരു ജനത വളർന്നുപൊങ്ങട്ടെ. അന്തിമസംഗരത്തിന്റെ കരുത്തും സമാശ്വാസവും നിറഞ്ഞ ഒരു സൗന്ദര്യം നമ്മുടെ രക്തത്തിന്റെയും ആത്മാവിന്റെയും സ്പന്ദനമായിത്തീരട്ടെ; വിലാപഗാനങ്ങൾ പോയ്മറയട്ടെ, വീരഗാഥകൾ എഴുതപ്പെടട്ടെ. മനുഷ്യരുടെ ഒരു വംശം ഇനി ഉയർന്നുവന്ന് അധികാരമേൽക്കട്ടെ.

പരിഭാഷ: കെ ജി ശങ്കരപ്പിള്ള

റേ ദുരെം (1953 – 1963)

പ്രശസ്ത അമേരിക്കൻ കവി. കമ്യൂണിസ്റ്റു പാർട്ടി അംഗമായിരുന്നു.

അടിസ്ഥാനം

മനഃശാസ്ത്രജ്ഞർ, ചിത്തരോഗവിദഗ്ധർ,
വിവാഹോപദേഷ്ടാക്കൾ, എല്ലാം കൊള്ളാം
പക്ഷെ എനിക്കു മനഃശാന്തി നൽകാൻ
അവരിലൊരാൾക്കുമാവില്ല,
കാരണം
എന്റെ കാമുകിയിൽനിന്ന്
എന്നെ അകറ്റിനിർത്തുന്നത്
പണം മാത്രമാണ്.

പരിഭാഷ: സച്ചിദാനന്ദൻ

ലാങ്സ്റ്റൺ ഹ്യൂഗ്സ് (1902 – 1967)

അമേരിക്കൻ കവിയും നോവലിസ്റ്റും നാടകകൃത്തും കോളമിസ്റ്റും. ജാസ് കവിതയുടെ പ്രണേതാവ്.

നീഗ്രോ നദികളെക്കുറിച്ചു സംസാരിക്കുന്നു

നദികളെ ഞാനറിഞ്ഞിട്ടുണ്ട്:
ലോകത്തെപ്പോലെ പുരാതനമായി
മനുഷ്യസിരകളിലെ രക്തപ്രവാഹത്തേക്കാൾ
പ്രായം കൂടിയതായി
നദികളെ ഞാനറിഞ്ഞിട്ടുണ്ട്.
നദികളെപ്പോലെ എന്റെ ആത്മാവ്
അഗാധമായി വളർന്നിട്ടുണ്ട്

പ്രഭാതങ്ങൾക്കു ചെറുപ്പമായിരുന്നപ്പോൾ
യൂഫ്രട്ടീസിൽ ഞാൻ കുളിച്ചു.
എന്റെ കുടിൽ കോംഗോയുടെ തീരത്തുറപ്പിച്ചു
അതെന്നെ താരാട്ടുപാടിയുറക്കി.
ഞാൻ നൈലിനെ നോക്കി
പിരമിഡുകൾ അതിനുമീതേ ഉയർന്നു.
എബ്രഹാം ലിങ്കൺ ന്യൂഓർലീൻസിലേക്കു പോയപ്പോൾ
മിസ്സിസ്സിപ്പി പാടുന്നതു ഞാൻ കേട്ടു.
അതിന്റെ ചെളിപൂണ്ട മാറിടം സൂര്യാസ്തമയത്തിൽ
സുവർണാഭമാകുന്നതു ഞാൻ കണ്ടു.
നദികളെ ഞാനറിഞ്ഞിട്ടുണ്ട്:
പുരാതനവും കൃഷ്ണവർണവുമായ നദികൾ.

നദികളെപ്പോലെ എന്റെ ആത്മാവ്
അഗാധമായി വളർന്നിട്ടുണ്ട്.

ഞാനും അമേരിക്കയെയാണ് പ്രകീർത്തിക്കുന്നത്

ഞാനും അമേരിക്കയെയാണ് പ്രകീർത്തിക്കുന്നത്,
ഞാനാണ് കറുമ്പൻ സഹോദരൻ.
അവരുടെ കൂട്ടർ വന്നെത്തുമ്പോൾ
അടുക്കളയിൽ പോയിരുന്നു തിന്നാൻ
അവരെന്നെ മേശയ്ക്കരികിൽ നിന്നു പറഞ്ഞോടിക്കുന്നു.
പക്ഷേ ഞാൻ ചിരിക്കുന്നു,
ശരിക്കുതിന്നുന്നു, കരുത്തനായി വളരുന്നു.
നാളെ അവരുടെ കൂട്ടരെത്തുമ്പോൾ
ഞാൻ മേശയ്ക്കരികിൽ തന്നെയിരിക്കും
അപ്പോൾ "എണീറ്റു കുശിനിയിൽ പോ"
എന്നെന്നോടു പറയാൻ ഒരുത്തനും ധൈര്യപ്പെടില്ല,
എന്നുമാത്രമല്ല
ഞാനെത്ര സുന്ദരനാണെന്നവർ കാണും
അവർ ലജ്ജിക്കും.
ഞാനും അമേരിക്ക തന്നെയാണ്.

ഐക്യം

ഇപ്പോൾ എനിക്കറിയാം.
ഞാൻ ഒറ്റയ്ക്കല്ല.
പൊള്ളയായ ദൈവങ്ങൾ കുടികൊള്ളുന്ന
വേണ്ടതിലേറെ കാത്തുരക്ഷിക്കപ്പെട്ട
ബലിപീഠങ്ങളുമായി നിൽക്കുന്ന
ഈ ദേവാലയങ്ങൾ,
നിശ്ചയമായും അവസാനിപ്പിക്കേണ്ട പണക്കാരുടെ നിയമം
ഉയർത്തിപ്പിടിക്കുന്ന ഇവയുടെ നെടുംതൂണുകളിളക്കാൻ
വെളുത്തവരും കറുത്തവരും മർദിതരുമായ
പാവങ്ങളുടെ ലോകമൊന്നാകെ
എന്നോടൊപ്പം കൈകളിണക്കും.

ക്രിസ്തു അലബാമയിൽ

ക്രിസ്തു ഒരു കാപ്പിരിയാണ്,
കറുകറുമ്പൻ, പീഡിതൻ.
"ഉംം, നിന്റെ മുതുക് കാട്ട്!"
മറിയം, അവന്റെ മാതാവ്,
തെക്കൻ പ്രവിശ്യകളിലെ ഒരമ്മ.
"ഛീ, വായ് പൂട്ടെടാ!"
ദൈവം, അവന്റെ പിതാവ്,
സ്വർഗരാജ്യത്തെ വെളുത്ത ഏമാനൻ
"അവനെ സ്നേഹിക്കൂ!"
തെക്കൻ നീഗ്രോക്രിസ്തു:
പരിപാവനൻ, തന്തയില്ലാത്തവൻ,
കടവായിലൂടെ ചോര ചീറ്റുന്നവൻ,
ഇതാ
കുരിശിൽ

കറുത്ത പെണ്ണിനൊരു പാട്ട്

അങ്ങുതെക്കു ഡിക്സിയിൽ
-ചങ്കു പൊട്ടുമോർക്കുകിൽ—
കൊന്നു ഞാത്തി കവലയിൽ
എന്റെ ചെക്കനെ-അവ-
രെൻ കറുത്ത തോഴനെ.

അങ്ങുതെക്കു ഡിക്സിയിൽ
-പൊങ്ങി ചോര വാർന്നുടൽ-
എന്തിനാണു പ്രാർത്ഥന
എന്നു ചോദ്യമായി ഞാൻ
വെള്ള യേശുവിന്നൊടായ്.

അങ്ങുതെക്കു ഡിക്സിയിൽ
-ചങ്കു പൊട്ടുമോർക്കുകിൽ—
മുഴ നിറഞ്ഞു നഗ്നമാ-
മൊരു മരത്തിനുച്ചിയിൽ
പ്രണയമെന്നതൊരുവെറും
തുണിയഴിഞ്ഞ പാഴ്നിഴൽ.

വട്ടയൂഞ്ഞാൽ

(കാർണിവലിൽ ഒരു നീഗ്രോക്കുട്ടി)

വട്ടത്തിൽച്ചുറ്റുമീയൂഞ്ഞാലിലെങ്ങാണു
'കാക്കച്ചിജിമ്മി'*കൾക്കുള്ള ഭാഗം?
ചുറ്റണമിന്നെനിക്കങ്ങുന്നേ, എൻനാടു
തെക്കാ,ണവിടൊന്നും വെള്ളക്കിടാങ്ങളോ-
ടൊപ്പം കറുമ്പർക്കിരുന്നുകൂടാ.
തെക്കെല്ലാം തീവണ്ടിക്കുള്ളിൽ മുറിയൊന്നു
'കാക്കച്ചി ജിമ്മി'ക്കായ് വേറെയുണ്ട്.
ബസ്സിലോ പിന്നിലെസ്സീറ്റാണു ഞങ്ങൾക്കു
പക്ഷെയീ വട്ടയൂഞ്ഞാലിനില്ലാ
മുമ്പും പിറകും-കറുത്തൊരിക്കുട്ടിക്കു-
മൊന്നിരിക്കേണം, കുതിരയെങ്ങോ?

സങ്കരം

എന്റെ തന്ത വെളുമ്പൻ, എന്റെ തള്ള കറുമ്പി,
ആ വെളുമ്പൻ കിഴവനെ എന്നെങ്കിലും
പിരാകിയിട്ടുണ്ടെങ്കിൽ
ഞാനതു തിരിച്ചെടുക്കുന്നു.
ആ കറുമ്പിക്കിഴവിയെ എന്നെങ്കിലും
പിരാകിയിട്ടുണ്ടെങ്കിൽ,
അവൾ നരകത്തിലായിരുന്നെങ്കിലെന്നു
കൊതിച്ചിട്ടുണ്ടെങ്കിൽ,
ഞാൻ ആ നീചമായ ആഗ്രഹമോർത്ത് ദുഃഖിക്കുന്നു,
ഞാനവൾക്കു സൗഖ്യം നേരുന്നു.
എന്റെ തന്ത മണിമാളികയിൽ കിടന്നു തീപ്പെട്ടു.
എന്റെ തള്ള പടുകൂരയിൽ കിടന്നു ചത്തു.

കറുമ്പനും വെളുമ്പനുമല്ലാത്ത ഞാൻ
എവിടെക്കിടന്നാണു മരിക്കുക?

---

* JIM CROW - വെള്ളക്കാർ നീഗ്രോകളെ വിളിക്കാനുപയോഗിക്കുന്ന പരിഹാസപ്പേര്.

സ്വാതന്ത്ര്യം

ഭീരുത്വം കൊണ്ടോ ഒത്തുതീർപ്പുകൊണ്ടോ
സ്വാതന്ത്ര്യം നേടാനാവില്ല, ഇല്ല, ഒരിക്കലുമാവില്ല.
മറ്റുള്ളവരെപ്പോലെ സ്വന്തംകാലിൽ സ്വന്തംതറയിൽ
നിൽക്കാൻ എനിക്കും അവകാശമുണ്ട്.
'വരാനുള്ളത് വഴിയിൽ തങ്ങുമോ?
'ഇന്നുപോയാൽ നാളെയുമുണ്ടല്ലോ.'
ആളുകളുടെ ഈ പറച്ചിൽ കേട്ടു ഞാൻ മടുത്തിരിക്കുന്നു.
എനിക്കു മരണാനന്തര സ്വാതന്ത്ര്യമല്ല വേണ്ടത്,
നാളത്തെ അത്താഴം അയവിറക്കി
എനിക്കിന്നു ജീവിക്കാനാവില്ല.
സ്വാതന്ത്ര്യം ഒരു കരുത്തൻ വിത്താണ്,
ഒരു മഹാപ്രസ്ഥാനത്തിന്റെ
മണ്ണിൽ വിതയ്ക്കേണ്ട വിത്ത്.

ഞാനും ഇവിടെത്തന്നെ ജനിച്ചവനാണ്.
എനിക്കും
നിങ്ങളെപ്പോലെ സ്വതന്ത്രനാകണം.

അമേരിക്ക വീണ്ടും അമേരിക്കയാവട്ടെ

അമേരിക്ക വീണ്ടും അമേരിക്കയാവട്ടെ.
അതു പിന്നെയും പഴയപോലത്തെ സ്വപ്നരാജ്യമാവട്ടെ,
അത് സ്വന്തം സ്വാതന്ത്ര്യത്തിന്റെ വീടന്വേഷിക്കുന്ന
സമതലങ്ങളുടെ അഗ്രദൂതനാകട്ടെ.

—അമേരിക്ക എനിക്ക് ഒരിക്കലും
അമേരിക്കയായിരുന്നിട്ടില്ല.—

അമേരിക്ക സ്വപ്നദർശകർ കണ്ട ആ സ്വപ്നമാവട്ടെ.
മേലാളർക്ക് സകലരെയും ചവിട്ടിക്കൊല്ലാൻ
രാജാക്കന്മാരും ഏകാധിപതികളും ചേർന്ന്
ഗൂഢാലോചന നടത്താത്ത
മഹത്തും ശക്തവുമായ സ്നേഹത്തിന്റെ രാജ്യമാവട്ടെ
—അതൊരിക്കലും എനിക്ക് അമേരിക്കയായിരുന്നിട്ടില്ല.—

ഹാ, എന്റെ നാട്ടിൽ സ്വാതന്ത്ര്യം കപടമായ ദേശഭക്തിയുടെ
പുഷ്പകിരീടമണിയാതിരിക്കട്ടെ,
ഓരോരുത്തർക്കും ഉയരാനവസരമുള്ള നാടാകട്ടെ ഇത്
ജീവിതം ഇവിടെ സ്വതന്ത്രമാകട്ടെ,
സമത്വം ശ്വാസവായുവാകട്ടെ.
–'സ്വതന്ത്രരുടെ ജന്മഭൂമി'യെന്നു
പുകൾകൊണ്ട ഈ നാട്ടിൽ
സ്വാതന്ത്ര്യമെന്തെന്നു ഞാനറിഞ്ഞിട്ടില്ല,
ഞാനൊരിക്കലും സമത്വമനുഭവിച്ചിട്ടില്ല.—

ഇരുട്ടിൽ പിറുപിറുക്കുന്ന നീയാരാണ്?
നക്ഷത്രങ്ങൾക്കുമേൽ മൂടുപടം വലിച്ചിടുന്ന നീയാരാണ്?

വിഡ്ഢിയായി തള്ളിമാറ്റപ്പെട്ട
ദരിദ്രനായ വെള്ളക്കാരനാണു ഞാൻ,
ഞാനാണു നീഗ്രോ, അടിമത്തത്തിന്റെ
വടുക്കൾ വഹിക്കുന്നവൻ,
നാട്ടിൽനിന്ന് ആട്ടിപ്പായിക്കപ്പെട്ട ചുകപ്പൻ ഞാനാണ്,
പ്രതീക്ഷ മുറുകെപ്പിടിക്കുന്ന
കുടിയേറ്റക്കാരനും ഞാനാണ്–
ഞാനിപ്പോഴും കാണുന്നത് ആ പഴയ
വിഡ്ഢികളുടെ പദ്ധതിതന്നെ:
നായ നായയെത്തീറ്റിയാക്കുന്ന,
ശക്തർ ദുർബലരെ ഞെരിക്കുന്ന
അതേ നീതി.

ലാഭത്തിന്റെയും അധികാരത്തിന്റെയും നേട്ടത്തിന്റെയും
പുരാതനവും അനന്തവുമായ ചങ്ങലയിൽ
ആഗ്രഹവും കരുത്തും കുരുങ്ങിപ്പോയ
യുവാവാണു ഞാൻ.
നാടും പൊന്നും സുഖോപാധികളും പിടിച്ചുപറിച്ച്
മറ്റുള്ളവരെപ്പണിയെടുപ്പിച്ച് സ്വയം ശമ്പളംപറ്റി
അത്യാർത്തിമാറ്റാൻ സർവവും
സ്വന്തമാക്കിവെക്കുന്നതിന്റെ
മുദ്രാവാക്യങ്ങളിൽ കുരുങ്ങിപ്പോയവൻ.

ഞാനാണു കൃഷിക്കാരൻ, മണ്ണിന്റെ അടിമ,
ഞാനാണു തൊഴിലാളി, യന്ത്രത്തിനു വിൽക്കപ്പെട്ടവൻ,
ഞാനാണു നീഗ്രോ, നിങ്ങളുടെയെല്ലാം വേലക്കാരൻ,

ഞാനാണു ജനങ്ങൾ, വ്യഥിതർ, വിശക്കുന്നവർ,
വെറിപൂണ്ടവർ,
സ്വപ്നങ്ങളുണർന്നുകഴിഞ്ഞിട്ടും ഇന്നും പശിക്കുന്നവർ,
ഇന്നും അടികൊള്ളുന്നവർ, മുമ്പേ പോകുന്നവർ!
ഒരിക്കലും മുന്നോട്ടുപോകാതിരുന്നവനാണു ഞാൻ.
വർഷങ്ങളായി കൈമാറ്റം ചെയ്യപ്പെട്ടുപോരുന്ന,
സാധുവിൽ സാധുവായ പണിയാളൻ.

പക്ഷേ ഞാൻ തന്നെയാണ് ആദ്യത്തെ സ്വപ്നം കണ്ടവൻ
പഴയലോകത്തിൽ ചക്രവർത്തിമാരുടെ
കൂലിയടിമയായിരിക്കുമ്പോൾ തന്നെ
ഞാൻ ആ സ്വപ്നം കണ്ടു,
ധീരവും ശക്തവുമായ സ്വപ്നം,
നേരായ സ്വപ്നം, അതിന്റെ ഉത്തുംഗമായ വീര്യം
ഇന്നും പാടുന്നു,
അമേരിക്കയെ അമേരിക്കയാക്കുന്ന ഓരോ കല്ലിലും
ഓരോ ഇഷ്ടികയിലും, ഓരോ ഉഴവുചാലിലും പാടുന്നു.
അഭിലാഷങ്ങളിലെ വീടുതേടി
ആദിസമുദ്രങ്ങളിൽ കപ്പലോടിച്ചവനും ഞാനാണ്.
കാരണം, ഞാനാണ് ഇരുണ്ട അയർലണ്ടിന്റെ തീരങ്ങളും
പോളണ്ടിന്റെ സമതലവും ഇംഗ്ലണ്ടിന്റെ പുൽമേടും
വിട്ടുപോന്നവൻ,
കറുത്ത ആഫ്രിക്കയുടെ
തീരങ്ങളിൽനിന്നു പിച്ചിച്ചീന്തപ്പെട്ടു.
'സ്വതന്ത്രരുടെ ജന്മഭൂമി? സൃഷ്ടിക്കാൻ വന്നെത്തിയവൻ.
സ്വതന്ത്രരുടെ ജന്മഭൂമി?
ഇന്നും അതൊരു സ്വപ്നമായി എന്നെ വിളിക്കുന്നു.

ഹാ, അമേരിക്ക വീണ്ടും അമേരിക്കയാവട്ടെ,
ഇതുവരെയും പണിതീർന്നിട്ടില്ലാത്ത നാട്,
പണി തീരേണ്ട നാട്,
ഓരോ മനുഷ്യനും സ്വതന്ത്രനായ നാട്,
എന്റെ നാട്, ദരിദ്രന്റെ, റെഡ്ഡിന്ത്യന്റെ,
നീഗ്രോയുടെ, എന്റെ.
ഞാനാകുന്നു അമേരിക്ക നിർമ്മിച്ചവൻ,
എന്റെ രക്തവും വിയർപ്പും,
എന്റെ വിശ്വാസവും വേദനയും,
തൊഴിൽശാലയിലെ എന്റെ കൈ,
മഴയിലെ എന്റെ കലപ്പ.

നമ്മുടെ മഹാസ്വപ്നം
തിരിച്ചുകൊണ്ടുവരേണ്ടത് ഇവയാണ്.
വായിൽത്തോന്നുന്ന ഏതു വികടപ്പേരും
എന്നെ വിളിച്ചുകൊള്ളുക.
സ്വാതന്ത്ര്യം ഉരുക്കാണ്, അതിൽ തുരുമ്പുകയറില്ല.
ജനതയുടെ ജീവിതത്തിൽ അട്ടകളെപ്പോലെ
കടിച്ചുതൂങ്ങുന്നവരിൽ നിന്ന്
ഞങ്ങൾക്ക് ഞങ്ങളുടെ നാട് വീണ്ടെടുക്കണം,
ഞങ്ങളുടെ അമേരിക്ക.

അതെ, അതുതന്നെ,
ഞാനതു പച്ചയായിപ്പറയുന്നു,
അമേരിക്ക എനിക്കൊരിക്കലും അമേരിക്കയായിരുന്നിട്ടില്ല.
എങ്കിലും ഞാൻ പ്രതിജ്ഞ ചെയ്യുന്നു:
അമേരിക്ക അമേരിക്കയാവും.
അനശ്വരമായ വിത്താണത്,
അതിന്റെ സ്വപ്നം എന്റെ ഹൃദയത്തിൽ
ആണ്ടുകിടക്കുന്നു.

നാം, ജനങ്ങൾ
നാമാണ് നമ്മുടെ നാടു വീണ്ടെടുക്കേണ്ടവർ,
ഖനികൾ, ചെടികൾ, നദികൾ, മലകൾ, അനന്തസമതലം,
എല്ലാം, ഈ ഹരിതഭൂമിയുടെ വിശാലത മുഴുവനും;
നാമാണ് അമേരിക്കയെ പുതുക്കിവാർക്കേണ്ടവർ.

സ്വകാര്യം

'സ്വകാര്യം' എന്നെഴുതിയ ഒരു കവറിൽ
ദൈവം എനിക്കൊരു കത്തു തന്നു,
'സ്വകാര്യം' എന്നെഴുതിയ ഒരു കവറിൽ
ഞാനെന്റെ മറുപടി കൊടുത്തിരിക്കുന്നു.

പരിഭാഷ: കെ ജി ശങ്കരപ്പിള്ള

മീറോൺ ഓ' ഹിഗിൻസ്

1918 ൽ ജനനം. പ്രശസ്ത ആഫ്രോ-അമേരിക്കൻ കവി.

യുവകവി

ആരെങ്കിലും
അവന്റെ മുടിയൊന്നു മുറിക്കുക
അവനെ കളിക്കാൻ പറഞ്ഞയക്കുക
ആരെങ്കിലും, നേരമുള്ളപ്പോൾ,
അവനെ ഉയരത്തിൽനിന്നു വിളിച്ചിറക്കുക.
ഭീതി അവന്റെ മുഖത്തു ചുട്ടികുത്തുംമുമ്പേ
അവനോടു പറയുക,
അവനും വേട്ടയാപ്പെടുമെന്ന്
പറയുക.
അവനെയും ഒറ്റിക്കൊടുക്കാനാളുണ്ടാകുമെന്ന്,
പഴങ്ങൾ കായ്ചുകിടക്കുന്ന ഒരുയർന്ന കുന്നിൽ
അവൻ കള്ളന്മാരോടൊപ്പം നഗ്നനായി മരിക്കുമെന്ന്.

അവന്റെ മാംസത്തിൽ
അഗ്നി കെടുന്നതിനു മുമ്പേ
അവന്റെയരികിൽ ചെല്ലുക.
അവനെ ഒന്നോടെ എടുത്തുയർത്തുക,
യുവത്വം വിടാത്ത അവന്റെ
വായ് ചുംബിച്ചു മുറിവുണക്കുക,
അവനെ ജ്ഞാനത്തിലേക്കുണർത്തുക.

റായ്മണ്ട് പാറ്റേഴ്സൺ (1898 – 1984)

ഇംഗ്ലീഷ് കവി. പ്രധാനകൃതി – The Dangerous River.

ആ പാറക്കഷണത്തിൽ എനിക്കൊരു വീടുണ്ട്

എനിക്കൊരമ്മാവനുണ്ടായിരുന്നു,
അങ്ങേരുടെ കാലുറക്കീശയിൽ
ഒരു പാറക്കഷണമുണ്ടായിരുന്നു.
അതെപ്പോഴും ആ കീശയിൽ കണ്ടിരുന്നു,
മരിക്കുന്ന നാൾവരെ.
ഇപ്പോഴും അത് അങ്ങേരുടെ കൂടെക്കാണണം,
മണ്ണായിപ്പോയ തുടെയെല്ലിനു മീതേ
അത് അമർന്നിരിപ്പുണ്ടാവും.

മിസ്സിസ്സിപ്പിയിൽ നിന്നാണത്രേ
ആ പാറക്കഷണം അമ്മാവനു കിട്ടിയത്;
ചിലപ്പോൾ പറയും ടെന്നെസ്സീയിൽനിന്നാണെന്ന്.
ഓരോ തവണയും സ്ഥലപ്പേര് മാറ്റിപ്പറയും.
വീട് വിട്ടോടിയപ്പോൾ അത് പെറുക്കിയെടുത്തകാര്യം
അങ്ങേർ പറയുമായിരുന്നു,
അതെന്തിനായിരുന്നെന്നോ,
ദുഷ്കാലം വരുമ്പോൾ
വീട്ടിലേയ്ക്കുതിരിച്ചുപോകാൻ തോന്നിപ്പോകുമ്പോൾ,
വീട് ശരിക്കും എന്തായിരുന്നു എന്നോർമ്മിക്കുവാൻ.

മേരി കാർടർസ്മിത്ത് (1919 – 2007)

പ്രസിദ്ധ അമേരിക്കൻ അധ്യാപികയാണ്. കഥാകൃത്തും കവിയും.

സൊസൈറ്റി ലേഡി

അനേകം കമ്മിറ്റികളുടെ ചെയർമാൻ,
ക്ലബ്ബുയോഗങ്ങളിൽ ഒഴിവാക്കാനാകാത്തവൾ,
പക്ഷേ മഹതിയുടെ മണവാളൻ
അത്താഴത്തിനു മുട്ട പൊട്ടിക്കുകയാണ്,
അവളുടെ മേശയും കസേരയുമോ
പൊടിമൂടിക്കിടക്കുന്നു.

കാട്

കാട്ടിൽ നിന്നുവരുന്ന വാർത്തകളിൽ
തലക്കെട്ടുകളെല്ലാം പിടിച്ചടക്കുന്നത്
സിംഹങ്ങളും പുലികളുമാണ്.

പക്ഷേ വാസ്തവത്തിൽ
കാട്ടിൽ അധികം പേരും സാധുക്കളാണ്.
അവിടെ മുയലും നീർനായും എളിയമാളങ്ങളിൽ കഴിയുന്നു.
നാറുന്ന വായുവിൽ ഒരു രാപ്പാടിയിരുന്നു പാടുന്നു.

ശരിയാണ്, ചെന്നായ്ക്കളും ചെങ്കീരികളും
ഇപ്പോൾ ഓടിനടക്കുന്നുണ്ട്,
കണ്ണിൽ കണ്ട നിരപരാധികളെത്തീറ്റിയാക്കി
കൊഴുക്കുന്നുണ്ട്.
പക്ഷേ ജനങ്ങൾ സിംഹങ്ങളെയും പുലികളെയും
മാത്രമേ കാണുന്നുള്ളൂ,
അവരെയാണല്ലോ പേടി.
ഭയപ്പാടു നിറഞ്ഞ കണ്ണുകളുമായി
നിൽക്കുന്ന മിണ്ടാപ്രാണികൾക്കായി
ഒരാളും ഒരു തുള്ളി കണ്ണീർ പൊഴിക്കുന്നില്ല.

നവോമി ലോങ് മാജെറ്റ്

ആഫ്രോ-അമേരിക്കൻ കവിയും അധ്യാപികയും. പ്രധാന കൃതികൾ One and many Poems - Star by star, Pink Ladies in the Afternoon, Exits and Entrances Phantova Nightingale, Remembrances of Spring.

നടുവഴി

ഞാൻ സ്വാതന്ത്ര്യത്തിലേക്ക്
ഇത്രദൂരം പിന്നിട്ടിരിക്കുന്നു,
ഇനി ഞാൻ പിന്തിരിയുകയില്ല.
പഴയ ഊടുവഴിയിൽ നിന്ന് ഞാനിതാ
രാജവീഥിയിലേക്കു കയറുകയാണ്.

ഞാൻ വരുന്നു, ഞാൻ പോകുന്നു,
ഞാൻ വളരുന്നു, ഞാൻ നീളംവെയ്ക്കുന്നു.

ഞാൻ വിതച്ചത് ഞാൻതന്നെ കൊയ്യും
ഇല്ലെങ്കിൽ എന്റെ തൊലി കറുത്തതല്ല.

ഞാൻ പ്രാർഥിച്ചു, ഞാൻ കൂലിപ്പണിയെടുത്തു.
ഞാൻ കാത്തിരുന്നു, ഞാനെന്റെ പാട്ടുപാടി.

നിങ്ങളെന്നെ ചോരപൊടിയുംവരെ തല്ലി,
നിങ്ങളെന്നെ പട്ടിണിക്കിട്ടു
എന്നിട്ടും ഞാൻ കരുത്തനായി വളർന്നു.

നിങ്ങളെന്നെ അടിച്ചു, എന്നെ കെട്ടിത്തൂക്കി.
നിങ്ങളെന്നെച്ചെയ്യാത്തതൊന്നുമില്ല,
വിമോചിപ്പിക്കുന്നതൊഴികെ.
പക്ഷേ കാലമാകുമ്പോൾ നിങ്ങളറിയും
നിങ്ങൾക്കു ഞാൻ വേണമെന്ന്
അതിന്നിനി ഏറെക്കാലം വേണ്ടാ.
ഇലച്ചിലുകൾക്കുമുകളിൽ പകൽവെളിച്ചം
പൊട്ടിവിടരുന്നതു ഞാൻ കണ്ടിരിക്കുന്നു,
ഞാനെന്റെ ലക്ഷ്യം കണ്ടെത്തിയിരിക്കുന്നു.
ഞാനെന്റെ പ്രതിജ്ഞയെടുത്തിരിക്കുന്നു.
നിങ്ങളെന്നെ വെറുത്തുകൊള്ളുക,
എന്നെ പുച്ഛരിക്കുക, അവഗണിക്കുക,
എല്ലാം നിഷ്ഫലം, കാരണം എന്റെ കൺമുമ്പിൽ
കൂറ്റൻ പർവതങ്ങൾ തെളിഞ്ഞുയർന്നിരിക്കുന്നു.
ഇനി ഒന്നിനും എന്നെ തടുത്തുനിർത്താനാവില്ല.

ജെസ്സീ റെഡ്മണ്ട് ഫോസെറ്റ് (1882 – 1961)

അമേരിക്കൻ കവിയും പത്രപ്രവർത്തകയും നോവലിസ്റ്റും.

കെട്ടുപോയ തീ

സമാധാനം ഇതാണെങ്കിൽ,
മരിച്ച ഈ ഇയ്യക്കട്ടിയാണതെങ്കിൽ,
എങ്കിൽ വെറുപ്പുനിറഞ്ഞ സംഭ്രാന്തിയാണ്
കൂടുതൽ ഭേദം, മുള്ളാണു ഭേദം.

എന്നും മരുന്നുതിരക്കുന്ന മുറിവാണ്
ഈ നരച്ച സമാധാനത്തെക്കാൾ ഭേദം.

ദുഃഖത്തിന്റെ അറുതി ഇതാണെങ്കിൽ,
എങ്കിൽ വേദനയാണു കൂടുതൽ ഭേദം,

വിരസമായ പകലും രാത്രിയിലെ വെളുത്ത
ഉണർച്ചയുമാണു ഭേദം.

ശ്വാസം മുട്ടിക്കുന്ന നെടുവീർപ്പും
തേങ്ങുന്ന ശ്വാസവുമാണ്
വികാരത്തിന്റെ ഈ മരണത്തെക്കാൾ ഭേദം.

ഫ്രാങ്ക് ഹോൺ

പ്രശസ്ത അമേരിക്കൻ കവി. പ്രധാന കൃതി Crisis and opportunity.

പിള്ളേരുകളി

(ഡിസംബർ, 1942)
അറിവുള്ള പുള്ളികൾ പറയുന്നു,
ക്രിസ്തുമസ് ഒരു പിള്ളേരുകളിയെന്ന്.
അതിന്നർഥമില്ലെന്നു പറയാൻ ഞാനാര്?

രണ്ടായിരമാണ്ടു മുമ്പ്
അറിവുള്ള മൂന്നു പുള്ളികൾ
ഒരു ഭൂഖണ്ഡം മുഴുവനും
ഒരു നക്ഷത്രത്തെപ്പിൻചെന്നു.
തലയിൽ ഒരാശയവുമായി
പുൽക്കൂട്ടിൽ പിറന്നുവീണ
ഒരു ചെക്കന് കോലരക്കും കുന്തിരിക്കവും
കൊണ്ടു കൊടുക്കുവാൻ.

ഇന്ന്, ലോകത്തിന്റെ തലയിൽ
ബോംബുകൾ വീണുപൊട്ടുമ്പോൾ
ശരിക്കും അറിവുള്ള പുള്ളികൾ അറിയുന്നു,
നാമെല്ലാം ഒരുവട്ടംകൂടി
നക്ഷത്രങ്ങളെപ്പിൻചെല്ലണമെന്ന്,
അങ്ങനെ രണ്ടായിമാണ്ടു മുന്നം നടന്ന
ആ പിള്ളേരുകളിയുടെ
ഒരംശം തിരിച്ചുപിടിക്കണമെന്ന്.

ജെയിംസ് പി വോൺ (1914 – 1991)

അമേരിക്കയിലെ മിസ്സിസ്സിപ്പിയിൽ ജനിച്ചു. പ്രശസ്ത അമേരിക്കൻ കവി.

മൂന്ന് രാജാക്കന്മാർ

മൂന്നു രാജാക്കന്മാർ
കടലിന്റെ ആത്മാവിലേക്കൂളിയിട്ടുപോയി,
കാരണവന്മാരുമായി കൂടിയാലോചന നടത്തുവാൻ.
മൂന്നു രാജാക്കന്മാർ ശ്വാസം പിടിച്ചു
കടലിന്റെ അടിമണ്ണുവരെപ്പോയി;
ഈ മൂന്നു രാജാക്കന്മാർ:
ഏരിയൂസ് ഡാരിയൂസ് മാരിയൂസ്.
ഏരിയൂസ് ആണ്ടാണ്ടുപോയി,
എപ്പോഴും പിറുപിറുക്കുന്ന കടലിന്റെ
പളുങ്കുതണലിലൂടെ,
ഗുഹയിലെ വനവീഥിയിലൂടെ,
അവൻ നൊണ്ടിനൊണ്ടിപ്പോയി.

"പാവം, ഏരിയൂസ്"
ചുടുറ്റ മണൽത്തിട്ടിൽ
സ്വകാര്യം പറയുന്ന മൂടൽമഞ്ഞിൽനിന്ന്
ഡാരിയൂസും മാരിയൂസും നെടുവീർപ്പിട്ടു,
"ഇനി അവൻ തിരിച്ചുവരികയേ ഉണ്ടാവില്ല."

രണ്ടു രാജാക്കന്മാരും
കടലിന്റെ ശ്വാസംമുട്ടിക്കുന്ന പഴുതിലേക്ക്
മ്ലാനവദനരായി തുറിച്ചുനോക്കി
"കാരണവന്മാരുമായി കൂടിയാലോചന നടത്താൻ
ഇനിയാരിനിയാരു പോവും?"
"ഓ, ഞാൻ, ഞാൻ, ഞാൻ പോവട്ടെ,"
കടലിന്റെ ചതിയൻ പവിഴത്തിലൂടെ
തുഴഞ്ഞുപോകാൻ ചങ്കൂറ്റം കിട്ടിയ
ഡാരിയൂസ് ചോദിച്ചു.

ഡാരിയൂസ് ആണ്ടാണ്ടു പോയി.
സാവധാനം, മൗനത്തിന്റെ മൂശയിലേക്ക്,
നിത്യമായ മൗനത്തിന്റെ,
നിത്യവും വളരുന്ന കടലിന്റെ.
പിതാവിന്റെ വിധിയുമായി
അവൻ ഒരിക്കലും മടങ്ങിവന്നില്ല.

ഇപ്പോൾ
    മാരിയൂസ് മാത്രം
    ഒറ്റക്ക് സംശയിച്ചു നിൽക്കുന്നു
    ഉയരുന്ന കടലിന്റെ മണിമുഴക്കത്തിനു മുമ്പിൽ
മിണ്ടാതെ മിണ്ടാതെ മിണ്ടാതെ.

നോർമൻ ജോർദാൻ

കവിയും നാടകകാരനും. വെസ്റ്റ് വെർജീനയിലെ ആൻസ്റ്റഡിൽ ജനിച്ചു. വെസ്റ്റ് വെർജീനിയ യൂണിവേഴ്സിറ്റിയിൽ നിന്നും തിയേറ്റർ സ്റ്റഡിയിലും ഓഹിയോയൂണിവേഴ്സിറ്റിയിൽ നിന്നും ബിരുദാനന്തരബിരുദവും. Where do people in Dreams Come From? അദ്ദേഹത്തിന്റെ പ്രശസ്ത കൃതിയാണ്.

അവസാനം

ഞാനെഴുതിയത്
എഴുതാത്തതാക്കാൻ എനിക്കാവില്ല,
പക്ഷേ എനിക്കതു തിരുത്തിയെഴുതാൻ കഴിയും.

അതുകൊണ്ട്,
ഞാൻ നിങ്ങളെ മുറിപ്പെടുത്തിയിട്ടുണ്ടെങ്കിൽ,
അതു പറയുക.
നിങ്ങൾക്കു പ്രിയങ്കരമായ എന്തെങ്കിലും
ഞാൻ തെറ്റായി അവതരിപ്പിച്ചിട്ടുണ്ടെങ്കിൽ
എന്റെ തെറ്റുതിരുത്താൻ ഒരു നാഴികയും വൈകിച്ചുകൂടാ,

അവസാനമായി ഇത്രകൂടി:
ഞാൻ നേരുപറഞ്ഞു നിങ്ങളെ മുറിപ്പെടുത്തിയിട്ടുണ്ടെങ്കിൽ
നമുക്കു രണ്ടാൾക്കും ദുഃഖിക്കാം.
പകരം ഞാൻ നേരുപറഞ്ഞു നിങ്ങളെ
സന്തോഷിപ്പിച്ചിട്ടുണ്ടെങ്കിലോ,
എന്നോടൊന്നും പറയേണ്ട, ദൈവത്തിനു
സ്തുതി പറഞ്ഞാൽ മതി,
കാരണം, എങ്കിൽ നാം രണ്ടുപേരും ഭാഗ്യവാന്മാരല്ലോ.

ലീറോയ് ജോൺസ്

പ്രശസ്ത അമേരിക്കൻ കവിയും നാടകകൃത്തും സംഗീതവിമർശകനും.

പല്ലവി

ജനലിലൂടെയുള്ള ഈ നോട്ടം നിശ്ചലമായ ഒരന്വയം
തന്നെ. കണ്ണിന്റെ അതിർത്തികൾ...
തെളിവുറ്റ പകലുകളിൽ, വെയിലും വെയിലിലെ
കാഴ്ചകളും. (ഇവിടെ ന്യൂയോർക്കിൽ.)
ചുവരുകൾ, കെട്ടിടങ്ങൾ, അല്ലെങ്കിൽ ഐശ്വര്യം
നിറഞ്ഞ റാണിമാരുടെ
രഹസ്യോദ്യാനങ്ങളിലെ സമൃദ്ധി, ഒഴിവുവേളയുടെ
അനന്തവിസ്തൃതി.

മരിച്ചുപോയ ഒരു നടിയോടൊത്തു ചങ്ങലയിൽ
പൂട്ടപ്പെടുന്നപോലെ:
അവൾ നമ്മോട് ഭീകരമായി കരയിക്കുന്ന എന്തോ
പറയാൻ ശ്രമിച്ചുകൊണ്ടിരിക്കുന്നപോലെയും;
ഉദാ: (ഇലകൾ പരന്നവ, ചലനം നിന്നവ)

മനസ്സിനെക്കുറിച്ചുള്ള എന്റെ അറിവ് ഇവിടെത്തീരുന്നു,
എന്റെ മുഖത്തിനു തൊട്ടുപുറത്ത്.

അപരലോകത്തിൽ നിന്ന് ഒരു വേതാളം
ഈ വഴി വന്നെങ്കിൽ എന്നു ഞാനാഗ്രഹിച്ചുപോകുന്നു.

ലീറോയ് ജോൺസ്

ചിന്താകുലർക്ക് ഒരു കവിത

ഒടുവിൽ അവൻ
ഉദ്ദേശ്യങ്ങളുടെ മഹാവനത്തിലെത്തിച്ചേർന്നു.
അവിടെ മൂങ്ങകളില്ലായിരുന്നു,
നായാട്ടുകാരുമില്ലായിരുന്നു.
ഇംഗ്ലണ്ടിലേക്ക് യാദൃച്ഛികമായി
സോഷ്യലിസം കൊണ്ടുവന്ന്
മലർന്നു കിടന്നു മനോഹരമായി വിശ്രമിക്കുന്ന
കോണീ ചാറ്റെർലിമാരും അവിടെയില്ലായിരുന്നു.

ആശയങ്ങൾ മാത്രം,
അവയുടെ വിപരീതങ്ങളും.
യഥാർഥത്തിൽ അവൻ
എവിടെയുമെത്താത്തപോലെ.

ഗ്വെന്ദൊളിൻ ബ്രൂക്സ് (1917 – 2000)

പുലിറ്റസർ പുരസ്കാരം ലഭിച്ച അമേരിക്കൻ കവി.

മാൽകം എക്സ്

(ഡഡ്‌ലീ റൻഡാളിന്)

അനന്യൻ, പരുക്കൻ,
സമ്പൂർണ്ണൻ, സമ്പന്നൻ, ദൃഢഗാത്രൻ,
അവന്റെ കണ്ണുകൾ
പക്ഷിവേട്ടക്കാരന്റേതായിരുന്നു.
ഞങ്ങൾ വീർപ്പടക്കിനിന്നു.
ഞങ്ങൾ പുരുഷത്വം കണ്ടു.
വായുവിൽ ചാലുകീറി
അവന്നിരിപ്പിടം നൽകാൻ
ഞങ്ങളെ നിർബന്ധിക്കുന്ന പുരുഷത്വം.

മൃദുലവും നിർണായകവുമായ ഒരു മുഹൂർത്തത്തിൽ
ഊർധ്വവും നിർവ്യാജവുമായ ഒരു വശീകരണം
ലോകത്തെ അടിയറവു പറയിച്ചു.

അവൻ ഞങ്ങളെ തുറന്നു,
അവൻ ഒരു താക്കോലായിരുന്നു,
അവൻ ആണായിരുന്നു.

പരിഭാഷ: സച്ചിദാനന്ദൻ

ഗ്വെൻഡൊളിൻ ബ്രൂക്സ് (1917 – 2000)

ദൈവംതമ്പുരാന്റെ ഒറ്റപ്പാട്

ഏവം ഞാനാരുന്നു:
ദൈവംതമ്പുരാനാവുമ്പോൾ തനിച്ചായിത്തീരും
ഒരു യജമാനനെ ആരും ഇഷ്ടപ്പെടുകയില്ല, ഇല്ല.
പ്രസന്ന'ഹോശാന്ന'കളും പ്രകാശമേറിയ
'പ്രിയകർത്താവു'കളും
പ്രസാദം നിറഞ്ഞ ഭക്ത്യാദരവും
ഞായറാഴ്ചക്കണ്ണുകളിൽ പ്രതിഫലിച്ചാൽപ്പോലും.
ഒന്നു ചിത്രപ്പെടുത്തിനോക്കുക.
തന്റെ വമ്പുറ്റ മടപ്പള്ളിയിലൂടെ തമ്പുരാൻ
എഴുന്നെള്ളുന്നു.
വേലക്കാരുടെ മൂലകളിൽനിന്ന് ആളുകൾ
തിരുവാഴ്ത്തോതാൻ
തിരക്കിച്ചെല്ലുന്നു.
അവിടുത്തെ അനുഗ്രഹത്തിന്റെ കടുംവെളിച്ചത്തിൽ
പുകഴ്പാട്ടുപാടുന്നു.

എന്നാൽ, തന്തിരുവടിയോടൊപ്പം നടപ്പതാര്?
പുള്ളിക്കാരന്റെ കൈപിടിച്ചുകുലുക്കാൻ
ഉശിരോലുവാനാര്?
അങ്ങോരുടെ ചുമലിലൊന്നു ചുമ്മാ തട്ടുവാൻ,
ചെവിപിടിച്ചു ചെമ്മേ തിരുമ്മുവാൻ,
പുള്ളിക്കാരന് ഒരു കൊക്കക്കോളയോ ബിയറോ വാങ്ങി
സൽക്കരിക്കാൻ,

തമ്പുരാന്റെ രാഷ്ട്രീയം അറുവഷളെന്നു ചൊല്ലാൻ,
കർത്താവിനെ മരമണ്ടൂസനെന്നു വിളിക്കാൻ
ആരുണ്ട്?

ആർക്കറിയാം?—
ഒരുവേള,
താഴോട്ടുനോക്കുമ്പോൾ അദ്ദേഹത്തിനു ക്ഷീണം പെടാം,
ആ തിരുമിഴികൾ ഒരിക്കലും ഉയരാറില്ല.
ഒരിക്കലും നേരെയുമല്ല.

തനിച്ചാണ് താനെന്നതുകൊണ്ടു
അങ്ങോർക്ക് ഒരുപക്ഷേ, വല്ലാത്ത തളർച്ചയുണ്ട്.
ചായാനോ ചാരാനോ ചാരത്തൊരു
കൈപോലും ഇല്ലല്ലോ ആരുടെയും!

പരിഭാഷ: പി ബി

ഗ്ലോറിയാ ഡേവിസ്

പ്രശസ്ത അമേരിക്കൻ നീഗ്രോ കവി.

ഈജിപ്തിനോട്

എവിടെ എന്റെ ജനത?
എന്നാണു നീ നിന്റെ കഥകളുടെ ചുരുൾ നിവർത്തുക
ഞാൻ നിന്റെ കുസൃതിക്കുരുന്നായിരുന്നുവെന്ന്
എന്നാണ് നീ ഈ വെളുത്ത ലോകത്തോടു
വിളിച്ചുപറയുക, അതായത്....
വെളുത്ത അമേരിക്കാ,...

കറുത്തു തുടിക്കുന്ന ഒരു വിത്തിൽനിന്ന്
എനിക്കുവേണ്ടി നീ
കറുത്ത ഒരു കരുത്തൻ രാജ്യം പണിതുതന്ന കഥ പറയുക.
വെളുത്ത ലോകത്തോടു വിളിച്ചു പറയുക.
ഹാനിബാൾ എന്റെ ആങ്ങളയായിരുന്നെന്ന് അവരറിയട്ടെ,
അവരറിയട്ടെ
കറുപ്പിൽ ആശ്വാസം കണ്ടെത്തിയ ആ ശിരസ്സ്
ഒരു മണ്ടിപ്പെണ്ണിന്റെ കളിപ്പാട്ടമായിരുന്നെന്ന്.
അവരറിയട്ടെ.

ലോറൻസ് ബെൻഫോഡ്

എന്തുകൊണ്ട് ഞാൻ നഗരത്തിന് തീകൊളുത്തി

പിൻവഴികളിൽ പതഞ്ഞുപൊങ്ങിയ വെറുപ്പിൽ
ഞാൻ വളർന്നുകൊണ്ടിരുന്നപ്പോൾ
എന്റെ നഗരം ഉറങ്ങുകയായിരുന്നു.
സൂര്യൻ എന്റെ നഗരത്തിനു മുകളിൽ ജ്വലിച്ചുനിന്നു,

പക്ഷേ

ഞാൻ പല്ലുകൊണ്ട് ഷൂ പോളിഷ്ചെയ്തിരുന്ന
തെരുവുമൂലകളിലേക്ക്
എന്റെയച്ഛൻ പട്ടണത്തിന്റെ എച്ചിലുകൾ കൈകൊണ്ടു
പെറുക്കിത്തിന്നയിടങ്ങളിലേക്ക്
എന്റെയമ്മ കറുത്ത മുലയൂട്ടി
വെളുത്ത കുഞ്ഞുങ്ങളെപ്പോറ്റിയിടങ്ങളിലേക്ക്
ഒരിക്കൽപോലും അവൻ വെളിച്ചം തിരിച്ചുവിട്ടില്ല.
എന്റെ നഗരം, അതെ,
അതിന്റെ വെളുവെളുത്ത രാജപഥങ്ങളിൽ അതു
നീണ്ടുനിവർന്നു കിടന്നു
അതിന്റെ അംബരചുംബികളുടെയും
സ്ഥാനപ്പേരുള്ള അത്ഭുതമനുഷ്യർ പാർക്കുന്ന
ലക്ഷം ഡോളർ മാളികകളുടെയും
ഇളംചൂടിൽ അതുറങ്ങി.

പിന്നെ, ഞാൻ വളർന്നു.
സ്വന്തം ഇണയെ കടിച്ചുചീന്തുന്നതു കണ്ടുണർന്ന
ഒരു കാട്ടുമൃഗത്തെപ്പോലെ ഒറ്റ നിമിഷംകൊണ്ട്
ഞാൻ വളർന്നു
ആത്മാവിലെ എരിതീയിലെരിഞ്ഞു ഞാൻ വളർന്നു.
എന്റെ നെഞ്ചിനകത്തെ മൃദുലഭാഗങ്ങളൊന്നാകെ
പൊള്ളിച്ചു തുളച്ച അതേ തീയിൽ.

ഞാൻ ചോരയൊലിച്ചു ചാവാതിരിക്കാൻ
ആ തുളകൾ ഇയ്യംകൊണ്ടടച്ചിരുന്നു.
അതുകൊണ്ട്,
ഞാൻ ഒരു പാട്ട മണ്ണെണ്ണയുമായി
കോളേജിലേക്ക് പോയി.

എൽ ടൺ ഹിൽ – ആബു ഇഷാക്

പ്രമേയം: ഇരുണ്ട തരുണി

(ഗ്ലോറിയാ ഡേവിസ്സിന്)

ലോലമായ ഇരുളിന്റെ ഉടുപ്പണിഞ്ഞ്
നീ ഡാക്കാർ തെരുവുകളിൽ
നൃത്തമാടുന്നതു ഞാൻ കണ്ടിട്ടുണ്ട്.

കുശനിവിയർപ്പുകൊണ്ട് ചുട്ടുമിന്നുന്ന മുഖവുമായി
ഡേട്രോയിറ്റിലെ ഉരുക്കുമുനയുള്ള
കൗണ്ടറുകൾക്കു മുകളിൽ
നീ കുനിഞ്ഞു നിൽക്കുന്നതും ഞാൻ കണ്ടിട്ടുണ്ട്.

ഒളി മങ്ങിയ കോങ്ഗോവിൽവെച്ച്
നിന്റെ പ്രപഞ്ചം കറുമ്പനായിരുന്ന നാളുകളിൽ
നിന്റെ ഇരുണ്ട ചുണ്ടുകളുടെ രുചി ഞാനറിഞ്ഞിട്ടുണ്ട്.

എത്ര മനോഹരിയായിരുന്നു നീയവിടെ!
നിന്റെ മുലകൾ ആഫ്രിക്കയുടെ മുലകളായിരുന്നു.
പക്ഷേ നിന്റെ പുതിയ പ്രപഞ്ചം വെളുത്തതാണ്,
നീ ഇന്ന് അന്യഗൃഹത്തിലെ വെപ്പാട്ടിയാണ്,

ഇവർ നിന്നെ 'കറുമ്പി'യെന്ന് ശകാരിച്ചപ്പോൾ
നീ പേടിച്ചോ?
അതോ, ആ നാട് നിന്റെ ശിരസ്സിൽ വലിച്ചെറിഞ്ഞ

ചാട്ടയും ലാത്തിയും തുപ്പലും വെറുപ്പിന്റെ വടുക്കളും
നിന്റെ സൗന്ദര്യത്തിന് മൂർച്ച കൂട്ടിയോ?

ഹയ്തിയിൽ പട്ടുതൂവാലക്കിരീടമണിഞ്ഞ്
കുളിരിൽ കുളിച്ചുനിൽക്കുന്ന നിന്നെ ഞാൻ കണ്ടിട്ടുണ്ട്.
ഹാർലെമിലെ പാതിരാക്കോണുകളിൽ
ഏകാന്തയായ നിന്നെ ഞാൻ കണ്ടിട്ടുണ്ട്.
വാട്സിൽ വിശപ്പിന്റെയും ഓടകളുടെയും
രോഗം പൊള്ളിച്ച നിന്നെ ഞാൻ കണ്ടിട്ടുണ്ട്.
എന്നിട്ടും ഇന്നും നിന്റെ കണ്ണുകളിൽ
ഞാൻ ആഫ്രിക്ക കണ്ടെത്തുന്നു.
പുള്ളിപ്പുലിയുടെ ആത്മാവുള്ള പെൺകുട്ടീ,
ലോകത്തോടു വിളിച്ചുപറയൂ.
കാലം നിന്റെ മുഖത്ത് ഒരിക്കലും വടുവീഴ്ത്തില്ലെന്ന്.

ഡൊണാൾഡ് ഗൊവാൻ

ഓർമ്മ

അമ്മ ഒരു ചെന്നായയായിരുന്നു.
തൊന്തരവുകാട്ടിയ തെമ്മാടികളെത്തുറിച്ചുനോക്കി
അവൾ കോമ്പല്ലുകാട്ടി മുരണ്ടു.

മുൾവഴിയിൽ ചന്ദ്രൻ, ചങ്ങാതി,
തിളങ്ങിനിന്ന രാത്രികളിൽ
അമ്മ പുറത്തിറങ്ങി, ഞങ്ങൾക്ക്
ഇരതേടിക്കൊണ്ടുവരുവാൻ

പശുവിന്റെ കണ്ണുകളായിരുന്നു അമ്മയ്ക്ക്
അവയ്ക്കകത്ത് അമ്മ കരയുന്നത് ഞാൻ കണ്ടു.

എന്നെയും അനിയനെയും നോക്കുമ്പോൾ
അവളുടെ കണ്ണുകളിലെ ഭയം ഒരു മുയലിനെപ്പോലെ
ഞങ്ങളുടെ കണ്ണുകളിലേക്ക് ചാടും.

ആ കറുത്ത സ്ത്രീയെ നോക്കുമ്പോഴെല്ലാം
ടെക്സാസിലെ ഒരു കരിമ്പന്റെ ചിത്രം നിറംപിടിപ്പിച്ച
ആ കണ്ണുകളുടെ അനന്തത എന്നെ അമ്പരപ്പിച്ചു.

അവിടെ അവൻ കൊടുംചൂടിൽ
സൂര്യനിലേക്ക് നടക്കുന്നത് കണ്ട്
ഞാനമ്പരന്നു അമ്പരന്നു.

ആത്മാവിന്റെ മുനമ്പിലൂടെ ഒറ്റയ്ക്ക് നടന്നുചെന്ന്
രഹസ്യക്കാരനായ ചന്ദ്രനെ നോക്കി അവൾ പുഞ്ചിരിച്ചു.
മീൻ മോന്തക്കാരൻ പണംകാട്ടിപ്പല്ലിളിച്ചപ്പോൾ
അവൾ തുറിച്ചുനോക്കി മുരണ്ടു.

ഞാനും അനിയനും അവന്റെ എല്ലിന്റെ കൊഴുപ്പോർത്തു
വെള്ളമിറക്കി.
പക്ഷേ തള്ളച്ചെന്നായ് പറഞ്ഞു, ഞങ്ങൾ
മനുഷ്യരാണെന്ന്.
ഞങ്ങൾ വളർന്നതോടൊപ്പം
ആ മീൻമോന്തക്കാരനും വളർന്നു.

ഞങ്ങൾ വലുതാകുന്തോറും അവൻ
കൂടുതൽ ഞങ്ങളെ മർദ്ദിച്ചു.
ആ മീൻമോന്തയെക്കൊന്നു തിന്നാൻ
തള്ളച്ചെന്നായ് സമ്മതിക്കുന്നില്ല.
അവനെ ഞങ്ങൾ കൊന്നുതിന്നേണ്ടതാണ്
പക്ഷേ അമ്മ പറയുന്നു, ഞങ്ങൾ മനുഷ്യരാണെന്ന്.

കരോൾ ഗ്രിഗെറി

കുടിയേറ്റം: ചേരിയിൽ നിന്നൊരു പ്രേമഗാനം

അവൾ സൂര്യനു മുമ്പിൽ തുണിയുണക്കാനിട്ടുനിന്നു.
ചിലപ്പോൾ കുട്ടികൾ മരത്തിൽ കയറി
ഓക്കിൻ കായ്കൾ പറിക്കുന്നതു കണ്ടു.
ഉടലിൽ മുറുക്കിത്തുപ്പിയതിനെക്കുറിച്ചു പരാതിയുമായി
ഭർത്താവു മടങ്ങിവന്നപ്പോൾ
സ്വതന്ത്രമായൊരു വൈകുന്നേരമാസ്വദിക്കാൻ
അവൾ വടക്കോട്ടോടിപ്പോകാൻ തീരുമാനിച്ചു.
അവൾ തറയിൽ തുണിയുണക്കാനിട്ടുനിന്നു
കുട്ടികൾ സിഗററ്റ് ഒളിച്ചു വലിക്കുന്നതും
പാൽക്കട്ടികൊണ്ട് ഇരുമ്പുകെണികൾ
കേടുതീർക്കുന്നതും കണ്ടു.
മില്ലിലെ പണി മുഷിപ്പനാണെന്ന പരാതിയുമായി
ഭർത്താവ് മടങ്ങിവന്നപ്പോൾ
അവൾ ആകെപ്പൊട്ടിത്തെറിച്ചു.
അവൾ പറഞ്ഞു. അവന് ഒരു-
നായാട്ടുകാരന്റെ നെഞ്ചുറപ്പില്ലെന്ന്
എന്നിട്ട് അവനെ ചൂലെടുത്തടിച്ചു.
ഉരുക്കുമില്ലിന്റെ ജ്വാലകളിൽ സവാരി
ചെയ്യുന്ന ഓറഞ്ചു സൂര്യൻ
അവളുടെ കണ്ണുപൊട്ടിച്ചു.
പിന്നെ അവൾ
മക്കൾക്ക് സ്പിരിച്ചാലുകൾ
പാടിക്കൊടുത്ത് ഇരുന്നു.

കരോൾ ഗ്രിഗെറി

ടോം പൂൾ

ഞാനതിശയിക്കുന്നു

വേനലിലെ നട്ടുച്ചയുടെ
കത്തിത്തിളങ്ങുന്ന ചൂടിലും
ചിലയാളുകൾ
മുമ്പിലത്തെ പൂമുഖത്തെ ലൈറ്റ്
കെടുത്താതെ ഇട്ടിരിക്കുന്നത്
എന്തിനാണെന്ന്
ഞാൻ
അതിശയിക്കുന്നു.

എതിരിജ് നൈറ്റ് (1931 – 1991)

പ്രശസ്ത ആഫ്രോ–അമേരിക്കൻ കവി. Poems from Prison എന്ന കവിതയിലൂടെ ശ്രദ്ധേയനായി.

ഇവൻ കല്ലിനപ്പുറം കാണുന്നു

ഇവൻ കല്ലിനുമപ്പുറം കാണുന്നു
ചുവന്ന മോണകൾക്കിടയിൽ പൈപ്പ് കടിച്ചു പിടിച്ചു
പടിഞ്ഞാറൻ ചുവരിൽ ചാരി
വെയിലിൽ ഞെരുങ്ങിക്കൂടി
തടവറയാകാശത്തിനു കീഴിലിരിക്കുന്ന ഈ കിഴവന്
ആരും കാണാത്ത അകക്കണ്ണുകളുണ്ട്.
ചുകന്ന മാംസം വെളിയിൽക്കാട്ടി
പഴുത്തുപൊട്ടി വീഴുന്ന ദ്രാക്ഷപ്പഴങ്ങളെപ്പോലെ
സംവത്സരങ്ങൾ കറുത്ത ഭൂമിയിൽ കൊഴിഞ്ഞുവീഴുന്നു.
ഇവന്റെ കാലം വേറെ; എന്റേതൊന്നുവേറെ,
എങ്കിലും പൊയ്പ്പോയ ഒരു കാലത്ത്
ഇവനെ എനിക്കറിയാമായിരുന്നു.
തണുത്തുവിറച്ച എന്നെ ഇവൻ അന്ന്
ഒരിരുണ്ട കാട്ടിൽ കൂട്ടിക്കൊണ്ടുപോയി,
രഹസ്യാനുഷ്ഠാനങ്ങൾ പഠിപ്പിക്കുവാൻ:
പെണ്ണുങ്ങളുമൊത്തു കിടക്കേണ്ടതെങ്ങനെ,
ഉടപ്പിറന്നവരോട് കൂറുപുലർത്തേണ്ടതെങ്ങനെ.
കുന്തത്തെ മാറ്റാന്റെ ചോരകുടിപ്പിക്കേണ്ടതെങ്ങനെ.
ഇപ്പോൾ ഇവനെ കരിമ്പൂച്ചകൾ വളയുന്നു

വെള്ളപ്പല്ലിളിച്ച് അവ താഴത്തെ
പച്ചപ്പുല്ലു കശക്കിയെറിയുന്ന
കാറ്റിനെനോക്കി മുരളുന്നു
അവയുടെ മാംസപേശികൾ തിളങ്ങുന്നു.
അവയുടെ ചെവികൾ ഇവന്റെ വാക്കുകളുടെ
തോലുരിയുന്നു.
ഇവനോ, ചിരിക്കുന്നു
ഇവന്നറിയാം വേട്ടമൃഗത്തെ;
ഇവന്നറിയാം ശത്രുവിനെയും.
ഇവന് ആരും കാണാത്ത അകക്കണ്ണുകളുണ്ട്
ഇവൻ ഈ കല്ലിനുമപ്പുറം കാണുന്നു.

ബോബ് കോഫ്മാൻ (1925 – 1986)

അമേരിക്കയിലെ ന്യൂ ഓർലീൻസിൽ ജനനം. ബുദ്ധിസത്തിൽ ആകൃഷ്ടനായ അമേരിക്കൻ കവി.

ഞാനെന്തല്ലെന്നും എനിക്കറിയാം

അല്ല,
ഞാൻ കൽക്കണ്ടെ കഴുമരങ്ങളിൽ പാടുന്ന
ബലാൽസംഗപ്പുണ്യവാളന്മാരുടെ മരണപ്പൂതികളല്ല,
അല്ല, ഞാൻ ചുരുട്ടുകടലാസ്സിൻ
തോടുകളിൽ പതിയിരിക്കുന്ന
ലാറ്റിനമേരിക്കൻ കൊലപാതകികളുടെ
നരിനിരങ്ങിച്ചാലുകളല്ല,
അല്ല, ആളെച്ചുടും യന്ത്രത്തിൽ
തടവിൽ വീണുകൊലചെയ്യപ്പെട്ട
ഏതോ കണ്ടുപിടിത്തക്കാരന്റെ നിലവിളികളല്ല ഞാൻ,
അല്ല, ഇയ്യച്ചെരിപ്പിട്ട കൊയ്റോവിലെ
കിഴട്ടുകൊള്ളക്കാരന്റെ
കൃത്രിമശ്വാസോച്ഛ്വാസമല്ല ഞാൻ.
അല്ല, ഞാൻ പട്ടുകയ്യുറയിട്ട
കാപ്പിരിപ്പിയാനോ വായനക്കാരുടെ
ഇന്ത്യൻ വേനൽപ്പഴമല്ല,
അല്ല, ഞാൻ പരിപാവനമായ പെപ്പർമിന്റു ഹാളിലെ
ഇരട്ടക്കുഴൽ സെനറ്റർമാരുടെ ശബ്ദക്കലവിയല്ല,
അല്ല, നിയമവിരുദ്ധമായ അസ്ഥികളിൽ സഞ്ചരിക്കുന്ന
ദോഷം മാത്രം കാണും കൈനോട്ടക്കാരുടെ

പൈപ്പിൻ പുകയിലുയരും പച്ചക്കിനാവുകളല്ല ഞാൻ.
തിളവെള്ളം നിറച്ച കാറിൻമൂടികളിൽ
ചാടിച്ചാവുമിന്ത്യാക്കാരുടെ
കീൽക്കറുപ്പൻ ശാപവുമല്ല ഞാൻ.
കാറ്റിൻ കളസമണിഞ്ഞു കിളിവാതിലുകൾ
കഴുകും ഷണ്ഡന്മാരുടെ
സോപ്പുപൊടി നെടുവീർപ്പുകളല്ല ഞാൻ,
കൃത്രിമപ്പട്ടു ചുണ്ടുകളിലൂടെ പുഞ്ചിരിചൊരിയും
വെയിൽവെറിപിടിച്ച
ക്ഷയരോഗികളുടെ ചുംബനങ്ങളല്ല ഞാൻ.
അല്ല, ഞാൻ സ്വന്തം കരിങ്കൽത്തലച്ചോറിൽ മുങ്ങിപ്പോയ
ചിന്തേരിട്ട തത്വചിന്തകന്റെ കീറിപ്പറിഞ്ഞ ആശയങ്ങളല്ല,
അല്ല, ഞാൻ വൈഡൂര്യക്കൊറ്റിയുടെ നിലവിളിയല്ല
കേമ്പിരിവെടിയുണ്ടകളിൽനിന്നു
പറന്നുപോകും ചിറകുകളല്ല
പാൽപ്പാടമേലങ്കിയണിഞ്ഞ പൂന്തോപ്പുകളിൽ മനംമടുത്ത
പിരിലൂസൻ തേനീച്ചയുടെ വിഷമുള്ളല്ല.
അല്ല, ഞാൻ പകിട്ടറ്റുനാവറ്റ് ഒച്ചയറ്റ
മണികളുടെ മാറ്റൊലിയല്ല,
അല്ല, ഞാൻ സമാധാനവാദികളുടെ
കയ്യിൽ നിസ്സഹായമായി
നിശ്ശബ്ദമാക്കപ്പെട്ട തോക്കുകളുടെ വെടിയൊച്ചയല്ല
അസ്ഥിവനത്തിലൊറ്റപ്പെട്ടു മുറിവേറ്റ
നായാടിയുടെ നിലവിളിയല്ല
മേൽക്കൂരയില്ലാത്ത രാത്രികൾ വിരിയിച്ചെടുക്കും
കുട്ടിമൂങ്ങകളുടെ കണ്ണുകളല്ല
അല്ല, ഞാൻ ക്യൂബൻ മരണത്തിൻ കട്ടിലുകളുമായിരിക്കും
ഹാവാനത്തേവിടിച്ചികളുടെ ശൂളം വിളിയല്ല,
പോലീസു ചമ്മട്ടികൾക്കടിയിൽക്കുനിഞ്ഞു നിൽക്കും
ബാന്തുവിലെ കുഞ്ഞുങ്ങളുടെ കരച്ചിലല്ലാ ഞാൻ,
ഇലനിറഞ്ഞ കോങ്ഗോ ടെലിഫോണുകളാം
ആഫ്രിക്കൻ വൃക്ഷങ്ങളുടെ
സ്വകാര്യ മർമ്മരമല്ല,
ഗിഥാർ തുറുങ്കുകൾ ചാടിയ 'ബ്ലൂ' സംഗീതക്കാരുടെ
കാരീയവയറുമല്ല,
അല്ല, ഞാൻ
ഞാനല്ലാത്ത യാതൊന്നുമല്ല.

ബോബ് കോഫ്മാൻ (1925 – 1986)

ശുഭാശംസ

ഇളംതവിട്ടു നിറമാർന്ന മോശ
ഈജിപ്തു നാട്ടിലേക്കു പോയി,
ആരുടെയോ ആളുകളെ
പടിപുറത്തിറക്കുവാൻ.

അവനെ ഫ്ളോറിഡയിൽ കടത്തിവിടരുതേ,
അവിടെ ഐ. രാ. സ. യില്ല,
പാവം ഗവർണ്ണർ ആറുലക്ഷം നിരക്ഷരരുടെ കൂടെ
ഒറ്റക്കാണ്.

അമേരിക്കാ, ഞാൻ നിനക്കു മാപ്പുതരുന്നു,
ആറാറുമണിക്കൂർ കൂടുമ്പോൾ, ജ്യോർജിയായിലെ
ഡൌസണിൽവെച്ച്,
ഇറക്കുമതി ചെയ്ത കുരിശിൽ
കറുത്ത ക്രിസ്തുവിനെ ആണിയടിക്കുന്നതിന്
ഞാൻ നിനക്കു മാപ്പു തരുന്നു.
കറുത്ത കുട്ടികളെച്ചുട്ടുതിന്നുന്നതിന് ഞാൻ
നിനക്കു മാപ്പുതരുന്നു.
നിന്റെ വിശപ്പ് എനിക്കു മനസ്സിലാവുന്നുണ്ട്.
അമേരിക്കാ, ഞാൻ നിനക്കു മാപ്പുതരുന്നു,
സ്വരക്ഷയുടെ പേരുംപറഞ്ഞ്
ജപ്പാനിലെ കൈക്കുഞ്ഞുങ്ങളെ
പച്ചക്ക് ദഹിപ്പിച്ചതിന് ഞാൻ നിനക്ക് മാപ്പുതരുന്നു.

അത് അത്യാവശ്യമായിരുന്നുവെന്ന് എനിക്ക്
മനസ്സിലാവുന്നുണ്ട്.

നിന്റെ പൂർവികന് തലയിൽ മനോഹരമായ
ചിന്തകളുണ്ടായിരുന്നു.
അവന്റെ പിൻഗാമികളോ, പണം സമ്പാദിക്കാൻ
ബഹുമിടുക്കന്മാർ.
നിന്റെ ജനറൽമാർക്ക് കൂണുകൾ മുളയ്ക്കുംപോലെ
വെളിപാടുകളുണ്ടാകുന്നു.
നിന്റെ ജനങ്ങൾക്ക് നിത്യവും
കൂടുതൽ കൂടുതൽ കാറുകളും
ടെലിവിഷനുകളും രോഗവും മരണക്കിനാക്കളും കിട്ടുന്നു.
ജീവിച്ചിരുന്ന കാലത്ത്
നീയൊരു കേമൻ തന്നെയായിരുന്നിരിക്കണം.

ഫ്രാങ്ക് ലണ്ടൻ ബ്രൗൺ (1927 – 1962)

നോവലിസ്റ്റ്, ആക്ടിവിസ്റ്റ്, കവി എന്നീ നിലകളിൽ പ്രശസ്തൻ.

ജാസ്

ഒരു കുഴലിൽ നിന്നായിരുന്നു തുടക്കം, ഒരു കുട്ടിയിൽനിന്നും പാടില്ലാത്തത്രവേഗം മുതിർന്ന ഒരു കുട്ടി, മഹാനാകേണ്ടതിലും മുമ്പേ മഹത്വത്തിലേക്കുയർന്ന ഒരു കുട്ടി. സമയമാകുംമുമ്പേ വികാരങ്ങളുടെ അടിയുറവന്വേഷിച്ചുപോയ കുട്ടി. അവൻ സ്വന്തം മുറിയിൽ നിന്ന് അൽപം കുഴൽ വിളിച്ചുനോക്കി. പിന്നെ അവന്റെ ഉള്ളിലുദിച്ച ആ സ്വരമന്വേഷിച്ചുതുടങ്ങി. കുഴലൂതിയിട്ടും ഊതിയിട്ടും ആ സ്വരം മാത്രം കിട്ടിയില്ല. അവൻ ഊതി, വേഗത്തിൽ, മനോഹരമായി, ശരിയായ രാഗം തേടി, ദൈവത്തിന്റെ പൂർണതയ്ക്കുമാത്രം സമം നിൽക്കാൻ കഴിയുന്നത്രവേഗം വിളിക്കേണ്ട ആ നാദപരമ്പര തിരക്കി. മുമ്പൊരിക്കലും കേട്ടിട്ടില്ലാത്ത ഒരു സ്വരമായിരുന്നു അവൻ തേടിയത്, അവന് അതറിയാമായിരുന്നെന്നുമാത്രം. നിഗൂഢതയുടെയും മഹത്വത്തിന്റെയും ഒരു വികാരമായി, താൻ ഇക്കാണുന്നതിലും വലുതാണെന്ന ബോധമായി – ഈ വിരലുകൾക്ക് ഇതിലുമെത്രയോ വേഗം കുഴൽത്തുളകളിലോടാനാവുമെന്ന, ഉള്ളിൽ കരയുന്ന നാദം പുറത്തേക്ക് വിളിച്ചുതാനാകുമെന്ന ബോധം. ഇതെല്ലാം അവന്റെയുള്ളിൽ പൊരുതി, അവനെ ഓടിച്ചു, തള്ളി, കുഴൽത്തുളകളിൽ അവൻ വിരലുകൾ ചമ്മട്ടിപോലെ അടിച്ചു, വിരൽമുറിയുംവരെ. ശ്വാസകോശങ്ങൾ അകത്തു പൊട്ടിച്ചോരയൊലിക്കുന്നപോലെ. അവന്റെ മിഴികളിൽ നീർനിറഞ്ഞു. പിന്നെയും പിന്നെയും അവൻ വിളിച്ചുകൊണ്ടേയിരുന്നു, കണ്ണടച്ചുകൊണ്ട്, പകലിന്റെ വെളുപ്പും കാറ്റിന്റെ സ്പർശവും വാതിലിലെ ഇടികളും, പുറത്ത് “തുറക്ക്, എന്താണവിടെ ബഹളം, ഇതു പോലീസാണ്” എന്നു കുരയ്ക്കുന്ന ശബ്ദക്കലവിയും അവൻ അറിഞ്ഞതേയില്ല.

പരിഭാഷ: സച്ചിദാനന്ദൻ

ലാറ്റിനമേരിക്കൻ കവിതകൾ

ഷോർഷ് ദെ ലിമ

കവിതയുടെ വിതരണം

ഞാൻ ചെടികളിൽനിന്നു കാട്ടുതേനെടുത്തു,
വെള്ളത്തിൽ നിന്ന് ഉപ്പെടുത്തു,
ആകാശത്തുനിന്ന് വെളിച്ചമെടുത്തു.
സഹോദരന്മാരേ, കേട്ടാലും!
ഞാൻ എല്ലാറ്റിൽനിന്നും കവിതയെടുത്തു,
കർത്താവിനു കാഴ്ചവെക്കുവാൻ.
ഞാൻ ഭൂമിയിൽനിന്നു സ്വർണ്ണമെടുത്തില്ല
എന്റെ സഹോദരരിൽനിന്നു രക്തവുമെടുത്തില്ല.
സത്രം സൂക്ഷിപ്പുകാരേ,
എന്നെ അലോസരപ്പെടുത്താതിരിക്കിൻ!
വ്യാപാരികളേ, ബാങ്കർമാരേ,
നിങ്ങളെ അകറ്റിനിർത്താൻ വേണ്ട അകലങ്ങൾ
എനിക്കു സൃഷ്ടിക്കാൻ കഴിയും.

ജീവിതം വിലക്കപ്പെട്ടിരിക്കുന്നു
കർത്താവിന്റെ മായാലീലകളിൽ എനിക്കു വിശ്വാസമാണ്
കോഴികൾ കൂവുന്നില്ല, പുലരി പൊട്ടിത്തുറന്നില്ല.
കപ്പലുകൾ പോകുന്നതും മടങ്ങിവരുന്നതും ഞാൻ കണ്ടു.
ദുഃഖിതർ പോകുന്നതും മടങ്ങിവരുന്നതും ഞാൻ കണ്ടു.
തടിച്ചുകൊഴുത്ത മനുഷ്യർ
തീയിൽവേവുന്നതു ഞാൻ കണ്ടു.
ഇരുട്ടിൽ ഞാൻ വളവുപുളവുകൾ കണ്ടു.
ഹേ, പടനായകാ, എവിടെയാണ് കോംഗോ?

സൗ ബ്രാൻഡൗ തുരുത്തെവിടെയാണ്?
പടനായകാ, ഇരവിന്നെന്തു കനമാണ്!
ഇരുട്ടിൽ വേട്ടപ്പട്ടികൾ ഓരിയിടുന്നു.
ആർക്കും വേണ്ടാത്ത മനുഷ്യരേ,
നിങ്ങൾക്കു വേണ്ടത് ഏത് നാടാണ്?
ഞാൻ കാട്ടുതേൻ ചെടികളിൽനിന്നെടുത്തു,
ഉപ്പ് വെള്ളത്തിൽനിന്നെടുത്തു,
വെളിച്ചം ആകാശത്തുനിന്നെടുത്തു.
നിങ്ങൾക്കു തരാനായി എന്റെ പക്കലുള്ളത്
കവിത മാത്രമാണ്.
ഇരിക്കിൻ, സഹോദരന്മാരേ!

പരിഭാഷ: സച്ചിദാനന്ദൻ

ഷോർഷ് ദെ ലിമ

ജന്തുവിന്റെ പെരുക്കം

ഞാൻ സ്വയം ചുരുളഴിഞ്ഞിരിക്കുന്നു,
കർത്താവേ, എനിക്കു തോന്നുന്നു,
ഞാൻ സ്വയം പെരുകിയിരിക്കുന്നു.
സ്വർഗത്തിൽനിന്ന് മഴ എന്റെ കൈകളിൽ
വീഴുന്നു.
ലോകത്തിന്റെ ബഹളം
എന്റെ കാതുകളിൽ നിലവിളിക്കുന്നു.
ആരോ ഗോതമ്പിന്റെ ഉമി കളയുന്നു.
കരഞ്ഞുകൊണ്ട്,
എന്റെ നഗ്നമായ തടിയിൽ,
എന്റെ കൺപോളകൾക്കുള്ളിൽ
നഗരങ്ങൾ വെന്തെരിയുന്നു.
എനിക്കു തോന്നുന്നു, കർത്താവേ
എന്റെ വിവിധങ്ങളായ ജീവിതത്തിൽ
ഇരവുകൾ ഇരുളുന്നു,
ഞാനറിയാതെ എന്റെ സഹോദരന്മാർക്കായി
സംസാരിക്കുന്നു,
ഞാൻ കൂടുതൽ കൂടുതൽ നിന്നെത്തേടിനടക്കുന്നു.
എനിക്കുതോന്നുന്നു, എന്റെ കർത്താവേ,
അസുലഭവും മിന്നുന്നതുമായ
കമ്പുകളെത്തിപ്പിടിക്കാൻ
നീ എന്റെ കൈകൾ നീളമുള്ളതാക്കിയിരിക്കുന്നു.
നരകത്തിന്റെ അതിർത്തിയിൽ

വിശ്രമിക്കുന്ന എന്റെ കാലുകളെ
നീ നീട്ടിയിരിക്കുന്നു.
തളർന്ന പക്ഷികൾ എന്റെ തോളിൽ
ചേക്കേറിയിരിക്കുന്നു.
നോക്കുകുത്തി നിന്റെ ബിംബമാണെന്നറിയാതെ.
എന്റെ സിരകളിൽ നിശാനദികൾ ഒഴുകുന്നു.
ഉയരുന്ന വേലിയേറ്റങ്ങൾക്കെതിരെ
വള്ളക്കാരൻ തുഴയുന്നു.
എനിക്കു തോന്നുന്നു: എന്റെ നിഴലിൽ
സൂര്യൻ ഉദിക്കുകയും അസ്തമിക്കുകയും ചെയ്യുന്നു.
നിന്റെ നിഴലും ജീവിതവും
എന്നിൽ ഒരു നിമിഷം മാത്രം വിലപിടിച്ചതാണ്.

ഷോർഷ് ദെ ലിമ

ഞാൻ നിങ്ങൾക്ക് ആശ്വാസമരുളുന്നു

1

ദാരിദ്ര്യമല്ലാതെ യാതൊന്നും
സ്വന്തമായില്ലാത്ത പാവങ്ങൾ,
അന്ത്യം മാത്രമല്ലാതെ മറ്റൊന്നും
കണക്കാക്കാനില്ലാതെ
മരണപ്പെടുന്നവർ,
അവശത മാത്രമല്ലാതെ
മറ്റൊന്നും മുതലില്ലാത്ത അവശന്മാർ,
അവർ, കടൽവെള്ളത്തിൽ കാലൂന്നി സഞ്ചരിക്കും

2

യന്ത്രവ്യൂഹങ്ങളുടെ ഉടമകൾ
കനവും കുറ്റങ്ങളുംകൊണ്ട് ഭാരമാർന്നവർ,
വിദ്വേഷവും ഗർവുമുള്ള മനുഷ്യർ,
അവർ, മുങ്ങിപ്പോകും.

3

യുദ്ധം മിക്കവാറും വിഴുങ്ങിയവരേയും
മണ്ണിൽ മുട്ടുമാത്രം അവശേഷിപ്പിച്ചവരേയും
ഞങ്ങൾ മടക്കി വിളിക്കും.
ആ മനുഷ്യർ

വെളിച്ചത്തെക്കാൾ വേഗത്തിൽ കുതിച്ചുപായും.

4

ദൈവദത്തമായ ജീവിതം കെട്ടമർന്ന
മനുഷ്യരെ ഞങ്ങൾ മടക്കിവിളിക്കും
ഭൂമിയിലെ ദൃഷ്യങ്ങൾ
ദുർവൃത്തരാക്കിയവരെയും.
ആ മനുഷ്യന്, ദൈവം പുതുജീവിതം നൽകും.

5

ആദ്യനിമിഷം മാത്രം കണ്ടു
മരണമടഞ്ഞ മനുഷ്യനെ
ഞങ്ങൾ മടക്കി വിളിക്കും.

6

പുഞ്ചിരിക്കണമെന്നാശിച്ചിട്ട്,
ചുണ്ടുകളില്ലാതെ ജനിച്ചവന്,
ഇവർക്ക് ആശ്വാസമരുളപ്പെടും.
അവർ നല്ല കൈകളിൽ നിവസിക്കും.

പരിഭാഷ: പി ബി

എമിലിയോ ബലഗാസ് (1908 – 1954)

പ്രശസ്ത ക്യൂബൻ കവി.

രാത്രി

ഈ രാത്രിയുടെ രാത്രീ, നിന്റെ പേരെന്താകുന്നു?
നിന്റെ പേരു പറഞ്ഞു തരൂ
നിന്റെ അടയാളവാക്കു പറഞ്ഞു തരൂ
വ്യത്യസ്തരായ മറ്റു രാത്രികളിൽനിന്ന്
ഞാൻ നിന്നെ തിരിച്ചറിയട്ടെ.
എനിക്കു സ്പർശിക്കാനായി നീ
അവളുടെ നെറ്റികൊണ്ടുവരുന്നു,
അർദ്ധചന്ദ്രൻ, (മാംസത്തിന്റെ അർദ്ധചന്ദ്രൻ)
അവളുടെ ചുണ്ടുകൾ, (നിഴലുകൾക്കിടയിലെ മധുരക്കനി)
അവളുടെ പാർശ്വങ്ങൾ.
(നാളെ എന്റെ വലതുകൈ
വായുവിൽ അവളുടെ രൂപം വരച്ചു കളിക്കും)
ഈ രാത്രിയുടെ രാത്രീ, നിന്റെ പേരെന്താകുന്നു?
നിന്റെ പേരു പറഞ്ഞു തരൂ
നിന്റെ അടയാളവാക്കു പറഞ്ഞു തരൂ
വ്യത്യസ്തരായ മറ്റുരാത്രികളിൽനിന്ന്
ഞാൻ നിന്നെ തിരിച്ചറിയട്ടെ.
ഞാൻ ആഹ്ലാദത്തോടെ, വിറയോടെ,
നിന്നെ പേരുപറഞ്ഞു 'വിളിക്കട്ടെ!

ല്യൂസ് പാലെസ് മാറ്റോസ്

പ്രശസ്ത ലാറ്റിനമേരിക്കൻ കവി. The Place in shadows, Black town, Black Dance തുടങ്ങിയവയാണ് പ്രധാന കൃതികൾ

ആന്റിയെസിലെ കറുമ്പി*

കറുമ്പീ,
ആന്റിയെസിലെ ചൂടുറ്റ കടലിലെന്നപോലെ
നിന്നിൽ ഞാൻ അഭയം തേടുന്നു.
സ്നിഗ്ധവും വികാരോജ്വലവുമായ
ശർക്കരപ്പാവാണ് നീ,
പഞ്ചസാരയുടെ തുറമുഖം, ഊഷ്മാവുറ്റ ഉൾക്കടൽ,
നിശ്ചലപ്രകാശം തെളിഞ്ഞ തിരകൾക്കു
കസവുപിടിപ്പിക്കുന്ന കടൽ,
തീരത്തെ പോക്കുവരവുകളിൽനിന്നു പിഴിഞ്ഞെടുത്ത
ഒരു തേനീച്ചക്കൂടിന്റെ സ്വപ്നാത്മകമായ മൂളക്കം.
കറുമ്പീ, നിന്നിലൂടെ ഞാൻ

തുരുത്തുകളുടെ കടൽ കടന്നേറുന്നു.
വൈദ്യുതകാറ്റുകൾ പൂച്ചകളെപ്പോലെ
നിന്റെ വളവുകളിൽ നിവർന്നു ചുരുളുന്നു,
നിന്റെ കണ്ണുകളുടെ ചിന്താകുലമായ രാത്രി
എന്റെ തോണിമേൽ വന്നു വീഴുന്നു.

---

* 'മുലാറ്റോ': നീഗ്രോ സങ്കരവർഗസ്ത്രീ.

കറുമ്പീ, നിന്നിൽ, ഹാ ആന്റിലെസിന്റെ
ഉയിരുറ്റ ഉണർച്ച!
ആഴമേറിയ ശബ്ദം ഗംഭീരമായ നിറം നേടുന്നു,
ആനന്ദത്തിന്റെ തിളങ്ങുന്ന ചുകപ്പൻ സംഗീതവും
ഊഷ്മളസുഗന്ധമാർന്ന
സ്പാനിഷ് ശലഭങ്ങളുമായിച്ചേരുമ്പോൾ,
ചെറുനാരങ്ങയുടെ മണം,
പുകയിലയുടെയും കൈതച്ചക്കയുടെയും മണം.
അവയുടെ ഉന്മത്തസ്വരം കാതിൽ മുഴങ്ങുന്നു.

ഇനി, കറുമ്പീ, നീയാകുന്നു എല്ലാ കടലും
എന്റെ ദ്വീപുകളുടെയെല്ലാം ഭൂമി നീയാകുന്നു
സ്വരശ്രേണികളെല്ലാം നിന്റെ കാപ്പിരിമണത്തിലേക്കു
പൊട്ടിത്തുറക്കുന്ന പഴങ്ങൾ വഹിക്കുന്ന സിംഫണി.
ഇവിടെ, പച്ചയുടുപ്പും മിനുമിനുപ്പൻ
പട്ടുകാലുറകളുമണിഞ്ഞ
ആത്തപ്പഴം, ഇവിടെ, മുലപ്പാലുനിറഞ്ഞ നക്ഷത്രപ്പഴം*,
ഇവിടെ ഉച്ചസ്വരത്തിന്റെ
കിരീടമണിഞ്ഞ പൈനാപ്പിൾ,

ഹൊ, കറുമ്പീ, നീയെനിക്ക് എല്ലാ പഴങ്ങളും തരുന്നു,
ഉഷ്ണമേഖലയിലെ സൂര്യൻ തുടച്ചുവെടിപ്പു വരുത്തിയ
നിന്റെ ഉടലിന്റെ ഈ തെളിനീരിൽ.

നിന്റെ സാമ്രാജ്യം, വാഴയും കൊക്കോച്ചെടിയും
പിംഗലസുന്ദരികളെ ഒളിച്ചു കടത്തുന്ന
തോണികളുടെ നേരേ സ്വർണപ്പീരങ്കികൾ
നീട്ടിനിൽക്കുന്നു,
നീ കൊടുങ്കാറ്റിന്റെ കുട്ടിക്കുതിരമേൽ
സവാരി ചെയ്യുന്നു,
നീ നിന്റെ ക്രിയോൾസംഗീതം** പാടുന്നു,
സന്ധ്യയുടെ നിറമാർന്ന വീരഗാനങ്ങൾ പാടുന്നു,
ഇടിമിന്നലിന്റെ തിളങ്ങുന്ന കുതിരലാടവുമായി
നീ ദ്വീപുകളിലെ വീരസ്വർഗത്തിലേക്ക്
പാഞ്ഞുപോകുന്നു.

---

* star-apple: ഒരു വെസ്റ്റിന്ത്യൻ പഴം.

** creole: സ്പാനിഷ് അമേരിക്കയിലെയോ, വെസ്റ്റിൻഡീസിലെയോ യൂറോപ്യൻ പിന്തുടർച്ചക്കാരൻ.

അനന്ത വിസ്തൃതമായ ഒരു സ്വാതന്ത്ര്യമാണ് നീ
തിരക്കും ചങ്ങലയുമില്ലാത്ത പ്രണയമാണ് നീ
നിന്റെ ഗർഭപാത്രത്തിൽ എന്റെ ഗോത്രങ്ങൾ രണ്ടും
അവയുടെ സർഗപ്രാഭവം ഉരുക്കിച്ചേർക്കുന്നു
പ്രണയം, കറുമ്പിയുടെ ചുട്ടുപൊള്ളുന്ന പ്രണയം,
ചാരായത്തിന്റെ കിടപ്പറ,
ഉരുകിയ പഞ്ചസാര,
ചന്ദനത്തിന്റെയും കുന്തിരിക്കത്തിന്റെയും
തീക്ഷ്ണഗന്ധവുമായി
മജ്ജയുരുക്കുന്ന ടബോനുക്കോവൃക്ഷം.*

സോളമന്റെ പാട്ടിലെ വാക്കുകൾകൊണ്ടു നീ
കറുത്തിരിക്കുന്നു, കാരണം,
സൂര്യൻ നിനക്കു കാവൽ നിൽക്കുന്നു,
നിന്റെ നാവിന്നടിയിൽ പാലും തേനുമുണ്ട്.
നിന്റെ കൃഷ്ണമണികൾക്കു മീതേ
സുഗന്ധതൈലം** പകർന്നിരിക്കുന്നു
നിന്റെ കഴുത്ത് ദാവീദിന്റെ ഗോപുരമാകുന്നു.
നിന്റെ മുലകളോ കസ്തൂരിമാനിണകൾ.
ഷാരോണിന്റെ പൂവേ, താഴ്വരയിലെ ലില്ലീ,
ഫറവോന്റെ പെൺകുതിരേ, ഹാ, ശൂലംകാരീ!***

ക്യൂബ, സാന്തോദൊമിങ്ങ്ഗോ, പെർട്ടോ റികോ,
അഹന്തയും ആവേശവുംകൊണ്ട് തിളയ്ക്കുന്ന
എന്റെ രാജ്യങ്ങൾ
ഹാ, ജമെയ്ക്കായിലെ ചുടുവീഞ്ഞ്!
ഹാ, മാർടിനീക്കിലെ അഹങ്കാരം നുരയുന്ന
പച്ചക്കറിസ്സൂപ്പ്!
ഹാ, ആഭിചാരക്കാരിയായ ഹായ്തിയുടെ
അപ്രാപ്യതകളിൽ
ചെണ്ടകൊട്ടി പുളിപ്പിച്ചെടുത്ത രാത്രി!
ഡൊമിനിക്കാ ടൊർടൊലാ,
ഗ്വാഡാലൂപി, ആന്റിലെസ്,
എന്റെ ആന്റിലെസ്!
കൊളംബസ്സിന്റെ സമുദ്രത്തിനു മീതേ

* ഒരു പെർട്ടോറിക്കൻ വൃക്ഷം. ഇതിൽനിന്നു കർപ്പൂരമണമുള്ള ഒരു ധൂപം ഉണ്ടാക്കുന്നു.

** balsam

*** Zulamite

ഇന്നും നിവർന്നു നിൽക്കുന്ന നാടുകൾ!
കരീബിയനിൽ തോളുരുമ്മി നിൽക്കുന്നവർ!
ജ്വരത്തിനും അത്യാർത്തിക്കും
കൊടുങ്കാറ്റിനുമെതിരേ
സമരം ചെയ്യുന്നവർ, ദുരിതമേറ്റു വാങ്ങുന്നവർ,
സ്വപ്നം കണ്ടു ജീവിക്കുന്നവർ!
രാത്രി അവ അൽപം മരിക്കുന്നു,

പക്ഷെ രാവിലെ പിന്നെയും ജീവിതത്തിലേക്ക്
തിരിച്ചെത്തുന്നു - എന്തെന്നാൽ
ഉഷ്ണമേഖലകളുടെ കറുത്ത പെണ്ണേ, നീ
എന്റെ ആന്റിലെസിൽ പാട്ടുപാടുന്ന
സ്വാതന്ത്ര്യം തന്നെയാണ്.

നിക്കൊളാസ് ഗിലെൻ (1902 – 1989)

പ്രശസ്ത ക്യൂബൻ കവി. ക്യൂബയുടെ ദേശീയ കവിയായി അംഗീകരിക്കപ്പെടുന്നു. കമ്യൂണിസ്റ്റു പാർട്ടി അംഗമായിരുന്നു.

മാർച്ചിങ്

മാർച്ചുചെയ്യുന്നു, മാർച്ചു ചെയ്യുന്നു, മാർച്ചു ചെയ്യുന്നു,
ഏതു ദിക്കിലെന്നോരുന്നില്ല ഞാൻ, മാർച്ചു ചെയ്യുന്നു.
ഇല്ലെനിക്കു പണം, എന്നാലും ഞാൻ മാർച്ചു ചെയ്യുന്നു
എന്നെക്കാത്തിരിക്കുന്നവർ ദൂരെ, മാർച്ചു ചെയ്യുന്നു
എന്നെക്കാത്തിരിക്കുന്നവർ വേറെ, മാർച്ചു ചെയ്യുന്നു
എന്റെ ഗിത്താർ പണയം വെച്ചു ഞാൻ, മാർച്ചു ചെയ്യുന്നു
കാൽ മരവിച്ചുപോകുന്നെങ്കിലും, മാർച്ചു ചെയ്യുന്നു
കണ്ണു ദൂരേയ്ക്കു ദൂരേയ്ക്കു നോക്കുന്നു, മാർച്ചു ചെയ്യുന്നു,
കൈ മുറുക്കി മുറുക്കിപ്പിടിക്കുന്നു, മാർച്ചു ചെയ്യുന്നു
ഞാനിവനെപ്പിടിച്ചു ഞെരിക്കുന്നു, മാർച്ചു ചെയ്യുന്നു,
എല്ലാറ്റിന്നും കണക്കുപറയണം, മാർച്ചു ചെയ്യുന്നു
ഞാനിവന്റെ പിടലിഞെരിക്കുമേ, മാർച്ചു ചെയ്യുന്നു
കാണിക്കില്ലാ അലിവിവൻ യാചിച്ചാൽ,
ഞാനിവനെക്കടിച്ചു തിന്നും, ഇന്നു
ഞാനിവനെയുടച്ചു കുടിക്കും,
ഞാനിവനെയുടച്ചുകുടിക്കും, ഇന്നു
ഞാനിവനെക്കടിച്ചു വിഴുങ്ങും.
മാർച്ചുചെയ്യുന്നു, ചെയ്യുന്നു, ചെയ്യുന്നു.

നിക്കൊളാസ് ഗിലെൻ

നീ എന്തിനു കരുതുന്നു

പടയാളീ, നിന്നെ ഞാൻ വെറുക്കുന്നുവെന്ന്
നീ കരുതുന്നതെന്തിനാണ്, എനിക്കറിയില്ല.
നാം ഒന്നാണ്, ഞാൻ, നീ,
നീ ദരിദ്രനാണ്, ഞാനും
ഞാൻ അധഃകൃതനാണ്, നീയും,
ഞാൻ നിന്നെ വെറുക്കുന്നുവെന്ന്
നിനക്കുതോന്നിയതെങ്ങിനെയാണ്?
ഞാനാരാണെന്നു ചിലപ്പോൾ നീ മറക്കുന്നു,
അതെന്നെ മുറിപ്പെടുത്തുന്നു.
ദൈവത്തെയോർത്ത് അതരുത്.
കാരണം നീ എത്രത്തോളം ഞാനാണോ
അത്രത്തോളം ഞാൻ നീയുമാകുന്നു.
ഞാൻ നിന്നെ തരിമ്പും വെറുക്കുകയില്ല
കാരണം, നാമൊന്നാണ്, നീ, ഞാൻ
പിന്നെ നിന്നെ ഞാൻ വെറുക്കുന്നുവെന്ന്
നീ കരുതുന്നതെന്തിനാണ്, എനിക്കറിഞ്ഞുകൂടാ.
നീയും ഞാനും ഒരേ തെരുവിൽ ഒന്നിച്ച്
നമ്മെത്തന്നെ കണ്ടെത്തും,
ചുമലോടു ചുമൽ ചേർന്ന്, നീയും ഞാനും,
ഞാൻ നിന്നെയോ നീ എന്നെയോ വെറുക്കാതെ,
പകരം നീയും ഞാനും പരസ്പരമറിഞ്ഞ്,
നാം പോകുന്നതെങ്ങോട്ടെന്നറിഞ്ഞ്,
നീയും ഞാനും...
പടയാളീ, ഞാൻ നിന്നെ വെറുക്കുന്നുവെന്ന്
നീ കരുതുന്നതെന്തിനാണ്, എനിക്കറിയില്ല.

നിക്കൊളാസ് ഗിലെൻ

കുട്ടിക്കരിമ്പൂതത്തിന്റെ പാട്ട്

പോപോ പിശാചേ, പിശാചേ, പോ,
പോ, പോ, പോ, കുട്ടിക്കരിമ്പൂതം!

പുഴയിലിളകുന്ന വെള്ളത്തി-
ന്നടിയിൽ മരിച്ചോർ കിടക്കുന്നു
കടലാമത്തോടുകൾ, കാപ്പിരിക്കുട്ടിതൻ
തലയെത്രയവിടെക്കിടക്കുന്നു!
ഇരവിൽ പുഴ കയ്യുയർത്തുന്നു
ഒരു ഭ്രാന്തൻ മുതലയെപ്പോൽ തന്റെ
കരിനഖത്താൽ മൗനം കീറുന്നു!
അലമുറ കൂട്ടുന്ന താരങ്ങൾ,
കൊടുചെന്തീപോലെ മുഴുതിങ്കൾ,
ഇവയുടെ കീഴിൽ കരിമ്പാറ-
യ്ക്കിടയിൽ പുഴ കുരച്ചാർക്കുന്നു,
കാണാത്ത കയ്യിൻവിരൽ നീട്ടി-
പ്പാലം പിടിച്ചു കുലുക്കുന്നു,
വഴിപോക്കരെ ഞെക്കിക്കൊല്ലുന്നു.

പോപോ പിശാചേ, പിശാചേ, പോ,
പോ, പോ, പോ, കുട്ടിക്കരിമ്പൂതം!

ഇളകുമീ വെള്ളത്തിൽ വാഴുന്നു
കുറിയവർ, പൊക്കിൾക്കുഴി വീർത്തോർ.
ചെറുകാൽ പിണച്ചു, പെരുവട്ട-

ച്ചെവികളെഴുന്നേറ്റു നിൽക്കുന്നോർ.
തിന്നുകയാവുമവരിപ്പോ-
ളെന്റെ പൊന്നുണ്ണിയെ, ക്കറതീർന്ന
കരിയുടലുള്ളോരെൻ ചെറുമോനെ.
അവനുടെ ചോര കുടിക്കുന്നു-
ണ്ടവർ, രക്തക്കുഴൽ വലിച്ചൂറ്റുന്നു,
അവനുടെ വിടരുന്ന പവിഴക്ക-
ണ്ണവരിപ്പോൾ തല്ലിയടയ്ക്കുന്നു.
ഓർക്കുന്നതെങ്ങിനെ, പൊന്നുണ്ണീ,
ദുർഭൂതം നിന്നെ വിഴുങ്ങാനാ-
യെത്തുന്നതിൻ മുമ്പേയോടിപ്പോ!
പൊന്നുണ്ണിക്കുട്ടാ, ചെറുമോനേ,
നിന്നെയീയേലസ്സു കാക്കട്ടെ!

പോപോ പിശാചേ, പിശാചേ, പോ,
പോ, പോ, പോ, കുട്ടിക്കരിമ്പൂതം!

എങ്കിലും മുന്നോട്ടേ പോകുന്നു
ചാങ്കോ, പുഴവെള്ളം നീട്ടുന്നു,
ഒരു കയ്യവനെപ്പിടിക്കാനായ്,
അതു കരിമ്പൂതത്തിൻ കയ്യല്ലോ!
അവനതാ രണ്ടായ് പിളർക്കുന്നു
ചെറുപൈതലിന്റെ തലയോട്ടി.
പവിഴക്കണ്ണവനിതാ പൊട്ടിച്ചു
കീരിപ്പല്ലൊന്നായ് വലിച്ചൂരീ,
കാലുകൾ രണ്ടും പിണച്ചുകെട്ടി
കയ്യുകൾ വേറൊരു കെട്ടാക്കി
പൊന്നുണ്ണിക്കുട്ടാ, ചെറുമോനെ,
നിന്റെ മലർന്ന ചെറുചുണ്ടിൽ
പുഞ്ചിരി നീട്ടി നീ നിൽക്കുന്നു,
എങ്കിലും നിന്നെപ്പുഴയിൽ ഞാൻ
സങ്കടം കൊണ്ടു കിനാക്കാൺമൂ.
വറ്റിയ നിൻ ചോരക്കുഴൽ, വീർത്ത
കൊച്ചുഹൃദയവും കാണുന്നു.

പോപോ പിശാചേ, പിശാചേ, പോ,
പോ, പോ, പോ, കുട്ടിക്കരിമ്പൂതം!

പൊന്നുണ്ണിക്കുട്ടാ, ചെറുമോനേ,
നിന്നെ ഞാൻ താക്കീതു ചെയ്തില്ലേ,
ഇന്നതുതന്നെ നടന്നല്ലോ!

പരിഭാഷ: സച്ചിദാനന്ദൻ

നിക്കൊളാസ് ഗിലെൻ

ചെ ഗുവേര

നീ വീണുപോയിട്ടും
നിന്റെ വെളിച്ചം മങ്ങിയിട്ടില്ല.
ഗിരിനിരയിലെ കാറ്റിനും മേഘങ്ങൾക്കുമിടയിൽ
നിന്റെ ഗെറില്ലാ പ്രതിമ താങ്ങി നിർത്തുന്നത്
ഒരു തീക്കുതിരയാണ്.
അവർ നിന്നെ നിശബ്ദനാക്കിയിട്ടും നീ മൂകനല്ല.
അവർ നിന്നെ ചുട്ടെരിച്ചാലും
മണ്ണിൽ കുഴിച്ചിട്ടഴുകിച്ചാലും,
സിമിത്തേരികളിലും കാടുകളിലും ചതുപ്പുകളിലും
ഒളിച്ചുവെച്ചാലും,
നിന്നെ കണ്ടെത്തുന്നതിൽ നിന്നും
ഞങ്ങളെ തടയാൻ
അവർക്കു സാധിക്കയില്ല.
പ്രിയ നേതാവേ, സുഹൃത്തേ.

ഡോളർ വിരിച്ച മെത്തയിൽ കിടന്നുരുണ്ട്
പെൻഷൻ പറ്റിയ പല്ലുകൾകൊണ്ട്
വടക്കേ അമേരിക്ക ചിരിക്കുന്നു.
ആ ചിരി ഒരു പൊയ്മുഖമായിത്തീരുന്നു.
നിന്റെ കനത്ത ഉരുക്കുശരീരം ഉയരുന്നു.
കുതിരയീച്ചകളെപ്പോലെ ഗെറില്ലകളായി
പറന്നു പടരുന്നു.
ഒരുന്മത്ത ശക്തിപ്രസരത്തിന്റെ മധ്യത്തിൽ വീണ

ആകസ്മികനക്ഷത്രംപോലെ,
പട്ടാളം മുറിവേൽപ്പിച്ച നിന്റെ വിശ്രുതനാമം
അമേരിക്കൻ രാത്രിയെ ദീപ്തമാക്കുന്നു.
ഗവേരാ, നിനക്കറിയാമായിരുന്നു
പക്ഷേ നീയൊന്നും പറഞ്ഞില്ല,
തന്നെപ്പറ്റിയുള്ള സംസാരമൊഴിവാക്കാൻവേണ്ടി
പ്രിയ നേതാവേ,
സുഹൃത്തേ.

നീ എല്ലായിടത്തുമുണ്ട്.
ചെമ്പും സ്വപ്നവും ചേർത്തു നിർമിച്ച
(അമേരിക്കൻ) ഇന്ത്യനിൽ,
ജനലക്ഷത്തിന്റെ പാതയിൽ
കുളിച്ചുനിൽക്കുന്ന നീഗ്രോയിൽ,
എണ്ണയും വെടിയുപ്പും ശുദ്ധീകരിക്കുന്നവരിൽ,
വാഴത്തോപ്പുകളുടെ ഭീകരമായ നിസ്സഹായതയിൽ.
ജീവിതം തുടിക്കുന്ന പുൽപ്പരപ്പുകളിൽ,
പഞ്ചസാരയിൽ, കാപ്പിയിൽ, ഉപ്പിൽ,
അവർ വെട്ടിവീഴ്ത്തുമ്പോഴും ചലിച്ചുകൊണ്ടിരിക്കുന്ന
നിന്റെ രക്തത്തിന്റെ പ്രതിമയായ നീ,
അവർക്കിഷ്ടപ്പെടാൻ കഴിയാത്തപ്പോഴും
സജീവനായ നീ
പ്രിയ നേതാവേ,
സുഹൃത്തേ.

ക്യൂബക്കു നീ മനഃപാഠമാണ്.
പഠിപ്പിക്കുന്ന താടിയുള്ള മുഖം.
യുവസിദ്ധന്റെ തൊലിയിൽ ആനക്കൊമ്പും ഒലീവും.
ആജ്ഞാപിക്കാതെ അനുസരിപ്പിക്കുന്ന
ശക്തമായ സ്വരം,
അനുയായികളെ നയിക്കുന്നവൻ,
സുഹൃത്തുക്കളെ അനുസ്മരിപ്പിക്കുന്നവൻ,
മൃദുലം, പക്ഷേ ദൃഢം, നേതാവ്, സുഹൃത്ത്.

ഓരോ ദിനവും ഞങ്ങൾ നിന്നെക്കാണുന്നു
ഉദ്യോഗസ്ഥനായി,
ഓരോ ദിനവും യോദ്ധാവായി, ഓരോ ദിനവും
സുഗമ്യനെങ്കിലും ദുർവഹനായി,
ഓരോ ദിനവും.

ശിശുവിനെപ്പോലെ നിഷ്കളങ്കൻ
മനുഷ്യനെന്ന നിലയിൽ പരിശുദ്ധൻ
പ്രിയ നേതാവേ,
സുഹൃത്തേ.

നിറം മങ്ങിയ, കീറിപ്പറിഞ്ഞ, ഉപയോഗിച്ചു പഴയതായ
നിന്റെ യുദ്ധക്ഷീണങ്ങളുമായി നീ കടന്നുപോകുന്നു.
മുമ്പ് ഗിരിനിരയുടേതായിരുന്ന നീ
ഇപ്പോൾ കാന്താരത്തിന്റേത്.
വാളുകൊണ്ടും വാക്കുകൊണ്ടും
അർധനഗ്നമെങ്കിലും ശക്തമായ മാർവിടം,
കടയുന്ന കാറ്റ്, പതുക്കെ വിടരുന്ന പനിനീരലർ,
ഇവിടെ ശാന്തിയില്ല.

ഗവേരാ, നിനക്കാരോഗ്യം നേരട്ടെ!

അല്ലെങ്കിലതിലും നല്ലതിതാണ്.
അമേരിക്കയുടെ ആഴത്തിൽനിന്ന്;
ഞങ്ങൾക്കുവേണ്ടി കാത്തുനിൽക്കുക.
നിന്നോടൊത്തു ഞങ്ങളും വരുന്നു.
ഞങ്ങൾ കൊതിക്കുന്നു
നീ മരിച്ചപോലെ ജീവിക്കാൻവേണ്ടി മരിക്കാൻ.
നീ ജീവിക്കുന്നതുപോലെ ജീവിക്കാൻ.
പ്രിയ നേതാവേ,
സുഹൃത്തേ.

പരിഭാഷ: അയ്യപ്പപ്പണിക്കർ

ഓട്ടോ റെനേ കാസ്റ്റിലോ (1936 – 1967)

ഗ്വാട്ടിമാലയിലെ വിപ്ലവകാരിയും കവിയും. ഗറില്ലാ വിപ്ലവകാരിയായ കവിയെ പ്രതിവിപ്ലവക്കാരികൾ ഭീകരമായി പീഡിപ്പിച്ച ശേഷം ജീവനോടെ കത്തിക്കുകയായിരുന്നു.

അരാഷ്ട്രീയ ബുദ്ധിജീവികൾ

ഒരു ദിവസം
ഏറ്റവും ദരിദ്രരായ ജനങ്ങളാൽ
എന്റെ രാജ്യത്തിലെ അരാഷ്ട്രീയ ബുദ്ധിജീവികൾ
ചോദ്യം ചെയ്യപ്പെടും.
ഏകാന്തവും ചെറുതുമായ ഒരു ജ്വാലപോലെ
രാജ്യം ക്രമേണ മരിച്ചുകൊണ്ടിരുന്നപ്പോൾ
എന്തുചെയ്തു എന്നവർ ചോദ്യം ചെയ്യപ്പെടും.

അവരുടെ വസ്ത്രങ്ങളെപ്പറ്റി,
ഉച്ചയൂണിനു ശേഷമുള്ള നീണ്ട പകലുറക്കത്തെപ്പറ്റി
അവരോടാരും ചോദിക്കില്ല.
ശൂന്യതയെച്ചൊല്ലിയുള്ള അവരുടെ പൊള്ളത്തർക്കങ്ങളെപ്പറ്റി
ഒരാളും നാളെ അന്വേഷിക്കില്ല.
അവരുടെ സാമ്പത്തികപദവിയെ
ആരും കൂട്ടാക്കില്ല.
ഗ്രീക്കു പുരാണങ്ങളെപ്പറ്റി അവർ ചോദ്യം ചെയ്യപ്പെടില്ല.
ഭീരുവെപ്പോലെ അവരിലൊരുത്തൻ തൂങ്ങിച്ചാവുമ്പോൾ
അവരനുഭവിക്കുന്ന ആത്മവിദ്വേഷത്തെപ്പറ്റി
അവർ ചോദ്യം ചെയ്യപ്പെടില്ല.

ഒരു ദിവസം ഏറ്റവും ദരിദ്രരായ ജനങ്ങളാൽ
എന്റെ രാജ്യത്തിലെ അരാഷ്ട്രീയ ബുദ്ധിജീവികൾ
ചോദ്യം ചെയ്യപ്പെടും.

അന്ന്
ദരിദ്രരായ മനുഷ്യർ വരും,
ഈ അരാഷ്ട്രീയ ബുദ്ധിജീവികളുടെ
കവിതകളിലും കഥകളിലും
ഒരിക്കലും ഇടംകിട്ടിയിട്ടില്ലാത്തവർ
എന്നാൽ, ദിവസവും അവർക്ക്
അപ്പവും പാലും കൊടുത്തവർ
ഇറച്ചിയും മുട്ടയും കൊടുത്തവർ
അവരുടെ വസ്ത്രങ്ങളലക്കിക്കൊടുത്തവർ
അവരുടെ കാറോടിച്ചവർ
അവരുടെ പട്ടികളെ വളർത്തിയവർ
അവരുടെ ഉദ്യാനങ്ങൾ കാത്തുസൂക്ഷിച്ചവർ
അവർ വരും
വന്നു ചോദിക്കും
യാതനകളിൽ ദരിദ്രന്റെ ജീവിതവും സ്വപ്നവും
കത്തിയെരിയുകയായിരുന്നപ്പോൾ
എന്തുചെയ്യുകയായിരുന്നു നിങ്ങൾ?

പരിഭാഷ: കെ ജി ശങ്കരപ്പിള്ള

www.ingramcontent.com/pod-product-compliance
Lightning Source LLC
LaVergne TN
LVHW102039051026
849518LV00014B/2028
* 9 7 8 8 1 2 6 2 0 7 2 6 8 *